ഒളിമ്പിക്സ്

ഭാഗം I

olympics
bhagam 1

a n raveendradas

first edition
october 2008

second edition
september 2012

third edition
february 2013

typesetting
akshara dtp centre, thiruvananthapuram

published
chintha publishers, thiruvananthapuram

printed
anaswara offset pvt ltd

cover
bloofish

വിതരണം

ദേശാഭിമാനി ബുക്ക് ഹൗസ്

H O തിരുവനന്തപുരം–695 035
www.chinthapublishers.com
chinthapublishers@gmail.com

ബ്രാഞ്ചുകൾ

ഹെഡ്ഡാഫീസ് ബ്രാഞ്ച് കുന്നുകുഴി • ഓവർബ്രിഡ്ജ് തിരുവനന്തപുരം • കെ എസ് ആർ ടി സി ബസ് സ്റ്റേഷൻ ആലപ്പുഴ • കെ എസ് ആർ ടി സി ബസ് സ്റ്റേഷൻ എറണാകുളം • മച്ചിങ്ങൽ ലെയ്ൻ തൃശൂർ • ഐ ജി റോഡ് കോഴിക്കോട് • കെ എസ് ആർ ടി സി ബസ് സ്റ്റേഷൻ കോഴിക്കോട് • എൻ ജി ഒ യൂണിയൻ ബിൽഡിങ് കണ്ണൂർ • സെൻട്രൽ ബസ് ടെർമിനൽ കോംപ്ലക്സ് താവക്കര കണ്ണൂർ

CR - VV.49 / 1230 / 3137

ഒളിമ്പിക്സ്

ഭാഗം I

എ എൻ രവീന്ദ്രദാസ്

ചിന്ത പബ്ലിഷേഴ്സ്
തിരുവനന്തപുരം-695 035
വില : ` 85

എ എൻ രവീന്ദ്രദാസ്

1950 ൽ തൊടുപുഴ ചിറ്റൂരിൽ ജനനം. അച്ഛൻ: കെ നാരായണൻ, അമ്മ: പി കെ ജാനകി.

തൊടുപുഴ ന്യൂമൻ കോളേജിലും എറണാകുളം ലോ കോളേജിലും വിദ്യാഭ്യാസം.

ഇലക്ട്രിസിറ്റി ബോർഡിൽ ജോലി ചെയ്തു. 1981 മുതൽ *ദേശാഭിമാനി* (കൊച്ചി) ദിനപത്രത്തിൽ. ഇപ്പോൾ സ്പോർട്സ് എഡിറ്റർ. *ദേശാഭിമാനി*യുടെ മുൻ സ്പോർട്സ് ലേഖകനായ അന്തരിച്ച എ എൻ മോഹൻദാസ് മൂത്ത സഹോദരൻ.

മികച്ച സ്പോർട്സ് ലേഖകനുള്ള കേരള സ്പോർട്സ് കൗൺസിലിന്റെ പ്രഥമ അവാർഡ് ഉൾപ്പെടെ നിരവധി പുരസ്കാരങ്ങൾ. ഇപ്പോൾ സ്പോർട്സ് കൗൺസിൽ അംഗമാണ്.

ഭാര്യ : സി വസുന്ധര

വിലാസം : അയ്ക്കരപറമ്പിൽ
നവജ്യോതി ലെയ്ൻ
എളമക്കര, കൊച്ചി –26

ഉള്ളടക്കം

ആമുഖം

ഒളിമ്പിക്സിന്റെ ഹൃദയരേഖകൾ

സംസ്കൃതിയിലേക്കുള്ള മാനവരാശിയുടെ പ്രയാണത്തിലെ മഹത്തായ നാഴികക്കല്ലാണ് ഒളിമ്പിക്സ്. അതിലെ ഓരോ നിമിഷങ്ങളും സംസ്കാരത്തിന്റെ ഓരോ പടവുകളാണ്. നാലുകൊല്ലത്തിലൊരിക്കൽ ലോകത്തിന്റെ ഏതെങ്കിലുമൊരു ഭാഗത്ത് കായികവിശുദ്ധിയുടെ, മാനവികതയുടെ വിളംബരം നടക്കുന്നു. ലോകം ഒരു ഗ്രാമമായി രൂപാന്തരം കൊള്ളുന്ന ആ ധന്യമുഹൂർത്തത്തിന് സാക്ഷ്യം വഹിക്കുക എന്നതാണ് ഏതൊരു കായികതാരത്തിന്റെയും ജന്മാഭിലാഷം. അവിടെ വിരിയുന്ന ഓരോ വിജയവും മനുഷ്യശക്തിയുടെ മഹനീയ ഇതിഹാസങ്ങളാണ്. അതിന്റെ രേഖകൾ, മനുഷ്യവംശത്തിന്റെതന്നെ വികാസരേഖകളാണ്. പൗരാണിക ഗ്രീസിലെ യുദ്ധക്കളത്തിൽനിന്നാണ് ഒളിമ്പിക്സ് ഉടലെടുത്തതെന്നും ചരിത്രം. ഒളിമ്പിക്സിനുവേണ്ടി യുദ്ധം നിർത്തിയെന്നത് ഇതിഹാസമാണ്. ഇരുപതാം നൂറ്റാണ്ടിൽ മഹായുദ്ധങ്ങൾക്കുവേണ്ടി മനുഷ്യൻ ഒളിമ്പിക്സ് നിർത്തിവച്ചുവെങ്കിൽപ്പോലും ഒളിമ്പിക്സ് ആശയങ്ങളുടെ പ്രസക്തി നഷ്ടപ്പെടുന്നില്ല.

ഒളിമ്പിക്സിന്റേത് അനുസ്യൂതമായ പ്രയാണമായിരുന്നില്ല. ഇടയ്ക്കു നിന്നും വീണ്ടും കിതച്ചും മുഖം മിനുക്കിയും നൂറ്റാണ്ടുകളിലൂടെ ഒളിമ്പിക്സ് വളർന്നു. കാലങ്ങൾക്കും വിപത്തുകൾക്കും അതീതമായി നാൾക്കുനാൾ കൂടുതൽ വേഗത്തിലും ഉയരത്തിലും ശക്തിയോടും ഒളിമ്പിക്ചക്രം ഉരുണ്ടുനീങ്ങുന്നു. കാണികളും കായികതാരങ്ങളും ഒരുപോലെ പങ്കാളികളാവുന്ന നിരവധി വൈകാരിക നിമിഷങ്ങൾ അത് തലമുറകളിലൂടെ കൈമാറി. നിറവും ഭാഷയും ദേശവും വേർതിരിക്കാത്ത കൂട്ടായ്മയുടെ വിജയഗാഥയായി ഒളിമ്പിക്സ് ചരിത്രത്തിൽ നിറയുന്നു.

എ എൻ രവീന്ദ്രദാസ് രചിച്ച ഒളിമ്പിക്സ് രണ്ടുഭാഗങ്ങളായിട്ടാണ് ഞങ്ങൾ പ്രസിദ്ധീകരിക്കുന്നത്. 1968 ലെ മെക്സിക്കൻ ഒളിമ്പിക്സ് വരെയാണ് ഒന്നാം ഭാഗത്തിലുള്ളത്. 1972 ലെ മ്യൂണിക് ഒളിമ്പിക്സ് മുതൽ 2008 ലെ ബെയ്ജിംഗ് ഒളിമ്പിക്സ് വരെയുള്ളത് ഭാഗം 2 ലും ഉൾപ്പെടുത്തിയിരിക്കുന്നു. ഈ രണ്ടു ഭാഗങ്ങളും ചേർന്ന *ഒളിമ്പിക്സ്* എന്ന പുസ്തകം ഈ വിഷയത്തിൽ ലഭ്യമാകുന്ന ഏറ്റവും ആധികാരികമായ ഗ്രന്ഥമായിരിക്കും എന്ന് ഞങ്ങൾക്കുറപ്പുണ്ട്. ഈ ഗ്രന്ഥം വിശ്വമാനവികതയിലേക്കുള്ള മനുഷ്യന്റെ ചുവടുവയ്പ്പുകളുടെ വിലയേറിയ രേഖകൾ വരച്ചുകാട്ടുന്നു. കൂടുതൽ വേഗത്തിൽ, കൂടുതൽ ദൂരത്തിൽ, കൂടുതൽ ഉയരത്തിൽ മനുഷ്യവംശം കുതിച്ചു മുന്നേറിയതിന്റെ രേഖാചിത്രങ്ങൾ. – *ഒളിമ്പിക്സ്* – ഞങ്ങൾ വായനക്കാരുടെ മുൻപാകെ സമർപ്പിക്കുന്നു.

തിരുവനന്തപുരം

ചിന്ത പബ്ലിഷേഴ്സ്

1

ഒളിമ്പിയയുടെ നിനവുകളിലേക്ക്

ഒളിമ്പിക്സ് എന്ന വാക്കിനുപോലും പരിശുദ്ധിയുണ്ട്. പ്രാചീന ഗ്രീസിന്റെ വിശുദ്ധ അൾത്താരയായിരുന്ന ഒളിമ്പിയയിൽനിന്ന് വിശ്വകായികമേളയ്ക്ക് അത് പകർന്നുകിട്ടി. സിയൂസ് ദേവന്റെ പ്രതിമയ്ക്കു മുമ്പിൽ പ്രതിജ്ഞ ചൊല്ലിയിറങ്ങുന്ന കായികതാരങ്ങൾ. ബലിച്ചോരയിൽ കൈമുക്കി ആത്മാവിൽപോലും നിഷ്പക്ഷതയുമായെത്തിയ വിധികർത്താക്കൾ. കാലുഷ്യത്തിനും വൈരത്തിനും അവിടെ സ്ഥാനമില്ല. മത്സരം, മത്സരം മാത്രം...

ഒളിമ്പിക്സ് ഒരു മഹാപ്രവാഹമാകുന്നു. ഹോമോ സാപിയൻസ് എന്ന മനുഷ്യജീവിയുടെ കായികമായ കഴിവുകൾക്ക് അതിർവരമ്പുകൾ പ്രഖ്യാപിച്ചതിനെ തട്ടിത്തകർക്കാനും വികസ്വരമാക്കാനും വീണ്ടും വെട്ടിപ്പിടിക്കാനുമുള്ള അടങ്ങാത്ത മോഹത്തിന്റെയും പോരാട്ടവീറിന്റെയും ദീപ്തിമത്തായ സ്മരണകളുണർത്തിക്കൊണ്ടാണ് ഓരോ വിശ്വകായികമേളയും കടന്നുവരുന്നത്. അവിടെ ജയിക്കുന്നവൻ ചരിത്രം രചിക്കുന്നു. കായികലോകത്തിന്റെ നിത്യവിസ്മയങ്ങളായി പരിലസിക്കുന്നു. മാനവരാശിയുടെ മഹാസംഗമമേള — ഒളിമ്പിക് ഗെയിംസിനുമാത്രം അവകാശപ്പെടാവുന്ന വിശേഷണമാണിത്. ശതാബ്ദങ്ങളിലൂടെയല്ല; സഹസ്രാബ്ദങ്ങളിലൂടെ നേടിയെടുത്തതാണ് ആ ഖ്യാതി. സംഘർഷത്തിന്റെ കാർപടലം മൂടിയ അന്തരീക്ഷത്തിൽ മാനവസ്നേഹത്തിന്റെ മായികപ്രഭ പൊഴിച്ചുകൊണ്ടാണ് ഒളിമ്പിക്സ് അവതരിച്ചതുതന്നെ.

ഒളിമ്പിക്സ് — ലോകത്തിലെ ഏതൊരു കായികതാരവും ജീവിതസാഫല്യമടയുവാൻ കൊതിക്കുന്ന അരങ്ങാണത്. മാനവസാഹോദര്യ

സൂര്യരശ്മിയിൽനിന്നും ഒളിമ്പിക് ദിവ്യജ്യോതി കൊളുത്തുന്നു

ത്തിന്റെയും അന്താരാഷ്ട്ര സൗഹൃദത്തിന്റെയും സന്ദേശം ഒളിമ്പിക്സ് നൽകിവരുന്നു; ആരംഭകാലം മുതൽ. പരസ്പര സ്നേഹത്തിന്റെയും പങ്കാളിത്തത്തിന്റെയും ആവശ്യകത ഇത്രയും വ്യക്തമാക്കുന്ന മറ്റൊരു മേളയ്ക്കും ലോകം ജന്മം കൊടുത്തിട്ടില്ല. എന്നാൽ ഒളിമ്പിക്സിന്റെ അതിദീർഘമായ ചരിത്രത്തിലും കാലത്തിന്റെ കരിപ്പാടുകൾ വീണിട്ടുണ്ട്. സാഹോദര്യത്തിന്റെ വേദിക്ക് രക്തപങ്കിലമായ ഏടുകൾ കുറിച്ചിടേണ്ടി വന്നു. സഹവർത്തിത്വത്തിന്റെ സന്ദേശവാഹകർ രാഷ്ട്രീയ ഭീഷണികൾകൊണ്ട് ശ്വാസം മുട്ടിയിട്ടുണ്ട്. സൗഹൃദത്തിന്റെ ആ ദീപശിഖ നൂറ്റാണ്ടുകളോളം അണഞ്ഞുപോയിട്ടുണ്ട്. എങ്കിലും പൂർവാധികം ശക്തിയോടെ ഒളിമ്പിക്സ് ഓരോവട്ടവും ഉയിർത്തെഴുന്നേറ്റു. സാഹോദര്യത്തിന്റെ, സൗഹൃദത്തിന്റെ മൃദുസ്പർശത്തിലൂടെ ഓരോ വൈതരണിയും മറികടന്ന് ആ മഹാപ്രസ്ഥാനം അടിപതറാതെ യാത്ര തുടരുകയാണ്.

എന്നാണ്, എവിടെയാണ് ഒളിമ്പിക് ഗെയിംസ് ആരംഭിച്ചത്? ചരിത്രത്തിന്റെ ദളങ്ങൾ ഇറുത്തുമാറ്റിനോക്കിയാൽ ഒളിമ്പിക്സിന്റെ ഉത്ഭവം പൗരാണിക ഗ്രീസിലാണെന്നു കാണാം. പക്ഷേ, ആ ഗെയിംസും ആ കാലഘട്ടവും നമുക്കിന്ന് സങ്കൽപ്പിക്കാവുന്നതിൽനിന്നൊക്കെ എത്രയോ അകലെയാണ്. ആഘോഷങ്ങളുടെയും ഉത്സവങ്ങളുടെയും കേന്ദ്രമായിരുന്നു പ്രാചീന ഗ്രീസ്. മുന്തിരിത്തോപ്പുകളും ഒലിവ് മരങ്ങളും നിറഞ്ഞ

സസ്യശ്യാമളമായ ഒളിമ്പിയ താഴ്‌വരയിൽ നാലുവർഷത്തിലൊരിക്കൽ യവനർ ഒത്തുകൂടിയിരുന്നു. മുന്നിൽ തലയുയർത്തി നിൽക്കുന്ന ഒളിമ്പസ് (ദേവനിവാസ സ്ഥാനത്തിനാണ് ഗ്രീക്കുകാർ ഒളിമ്പസ് എന്ന് പറഞ്ഞിരുന്നത്. ആ നാമത്തിൽ നിന്നാണ് ഒളിമ്പിയ എന്ന പദം ഉരുത്തിരിഞ്ഞത്) പർവതനിരകൾ. അവിടെ വിഹരിക്കുന്ന ദേവഗണങ്ങളുടെ അനുഗ്രഹത്തിനായി അവർ ബലികർമ്മങ്ങൾ നടത്തുകയും പൂജ കഴിക്കുകയും ചെയ്തു. സിയൂസ് ദേവന്റെയും ഹെരാദേവിയുടെയും ആരാധനാലയങ്ങളിൽ അവർ പ്രാർത്ഥന നടത്തി. ദിവസങ്ങളോളം ഭക്തിപരവശരായി ആഹ്ലാദപൂർവം അവിടെ ചെലവഴിച്ചശേഷം അവർ പലവഴിക്ക് പിരിഞ്ഞുപോയി.

ഓരോതവണ ഒത്തുകൂടിയപ്പോഴും യവനർ തങ്ങളുടെ ദേവന്മാരുടെ വീരപരാക്രമ കഥകൾ ഉരുക്കഴിച്ചു. കായികമത്സരങ്ങൾ നടത്തി കരുത്ത് പ്രദർശിപ്പിക്കുന്നത് മതപരമായ ഒരു കർമ്മമായി അവർ കരുതി. അങ്ങനെ മത്സരങ്ങളുണ്ടായി. 'ഒളിമ്പ്യാഡ്' — യവനർക്ക് ഒരു കാലവട്ടമായിരുന്നു. അവർ കാലത്തെ ഗണിച്ചിരുന്നത് വർഷങ്ങളായിട്ടായിരുന്നില്ല. ഒളിമ്പ്യാഡുകളായിട്ടായിരുന്നു. അങ്ങനെ ഒളിമ്പിയ താഴ്‌വരയിൽ ഓരോ ഒളിമ്പ്യാഡിന്റെയും അന്ത്യത്തിൽ നടക്കുന്ന മത്സരങ്ങൾ 'ഒളിമ്പിക് മത്സരങ്ങൾ' എന്നറിയപ്പെട്ടു.

1370 ബി സി മുതലേ ഒളിമ്പിയ താഴ്‌വരയുടെ കുലദേവതയായ 'ഹെര'യുടെ ക്ഷേത്രത്തിൽ ഭക്തർ ഓട്ടമത്സരങ്ങൾ നടത്തിയിരുന്നതായാണ് ചരിത്രരേഖകൾ പറയുന്നത്. 776 ബി സിയിലാണ് ആദ്യ ഒളിമ്പിക്സ് നടന്നതെന്ന് കരുതപ്പെടുന്നു. അന്ന് മുതലാണ് ഇത് ഒരു സ്ഥിരം മത്സരത്തിന്റെ ചട്ടക്കൂടിലേക്ക് വന്നത്. ആൽഫേയ് നദിക്കരയിൽ അരങ്ങേറിയ ആ ഒളിമ്പിക്സിനെക്കുറിച്ച് ഗ്രീക്ക് ചരിത്രകാരനായ അപ്പോളണിയസ് സൂക്ഷിച്ചുവച്ച രേഖകളാണ്, ആ മഹാകാലഘട്ടത്തിന്റെ രോമാഞ്ചം പിൽക്കാല തലമുറയുടെ മനസ്സിൽ കൊണ്ടെത്തിച്ചത്. ഒറ്റ മത്സര ഇനമേ അന്നുണ്ടായിരുന്നുള്ളു. 'സ്റ്റേഡ്റേസ്' അഥവാ 'ഫുട്റേസ്' എന്നറിയപ്പെടുന്ന ഓട്ടമത്സരം. 180 മീറ്റർ വരുന്ന ഒളിമ്പിയയിലെ സ്റ്റേഡിയം ആദ്യം ഓടിയെത്തുന്നവനായിരുന്നു ജേതാവ്. ചരിത്രത്തിലെ ആദ്യത്തെ മത്സരയോട്ടത്തിലെ വിജയി ആകാനുള്ള അസുലഭ ഭാഗ്യമുണ്ടായത് എലീസിലെ ഒരു പാചകക്കാരനായ കൊറോബസിനായിരുന്നു. ഈ മത്സരത്തോടെ 'സ്റ്റേഡിയം' എന്ന പദം ഉടലെടുത്തു. പാദങ്ങളെ ആശ്രയിച്ച് ഓടുന്ന ഇടം എന്നാണ് ഇതിനർത്ഥം.

776 ബി സിക്കു മുമ്പും ഒളിമ്പിക് മത്സരങ്ങൾ നടന്നിരുന്നു എന്നു വേണം കരുതുവാൻ. എന്നാൽ ഒളിമ്പിക് മത്സരങ്ങൾ എന്നാണ് ഉടലെടുത്തതെന്നതിന് വ്യക്തമായ ഉത്തരം ലഭിച്ചിട്ടില്ല. ഇതിന്റെ തുടക്കം പുരാതന ഗ്രീസിലെ ഐതിഹ്യങ്ങളുമായി ബന്ധപ്പെട്ടുകിടക്കുന്നു. ഇതിൽ ഏറ്റവും പ്രബലമായത് സിയൂസ് ദേവൻ സ്വന്തം പിതാവായ ക്രോണോസിനെ കീഴ്പ്പെടുത്തിയ സംഭവമാണെന്ന് പറയുന്നു. ചരിത്രത്തിലെ ധീര

പുരുഷന്മാരും ദേവന്മാരും തമ്മിലുള്ള അതിർവരമ്പുകൾ അന്ന് അവ്യക്തമായിരുന്നു. ആകാശവും ഭൂമിയും തമ്മിൽ നിത്യേന സമ്പർക്കം പുലർത്തിയിരുന്നു. ഭൂമിയിലെ മനുഷ്യന്റെ ദൈനംദിന ജീവിതത്തിൽ ദേവന്മാരുടെ സാന്നിധ്യം സദാ പ്രസരിച്ചിരുന്നുവത്രെ. ഭൂമിയുടെ ആധിപത്യത്തിനുവേണ്ടി സ്യൂസും ക്രോണോസും തമ്മിൽ വളരെക്കാലം നീണ്ടുനിന്ന ദ്വന്ദ്വയുദ്ധം നടന്നു. ഒടുവിൽ സ്യൂസ് ദേവൻ വിജയിയായി. ആഘോഷങ്ങളുടെ ഭാഗമായി യുദ്ധത്തിന്റെ വേദിയായ ഒളിമ്പസ് പർവതത്തിന്റെ മുകൾപ്പരപ്പിൽതന്നെ കായികമത്സരങ്ങളും നടത്തപ്പെട്ടു. ഇത് 1370 ബി സിയിൽ ആണ് സംഭവിച്ചതെന്ന് അനുമാനിക്കപ്പെടുന്നു. അങ്ങനെയാണ് ഒളിമ്പിക് ഗെയിംസ് ജന്മം കൊണ്ടതെന്ന് ഒരുപക്ഷം.

മഹാബലവാനായ ഹെർക്കുലീസ് സഹോദരന്മാരെ ഓട്ടപ്പന്തയത്തിനു വെല്ലുവിളിച്ചതാണ് ഒളിമ്പിക്സിന്റെ തുടക്കമെന്നും ഒരു കഥയുണ്ട്. മറ്റൊരു കഥ ഗ്രീക്ക് വീരനായകനായ പെലോപ്സിനെക്കുറിച്ചുള്ളതാണ്. പെലോപ്സ് ഇനോമസ് രാജാവിനെ രഥയോട്ടത്തിൽ തോൽപ്പിച്ച് രാജ്യത്തെയും രാജകുമാരി ഹിപ്പൊഡിമിയെയും കയ്യടക്കിയതിന്റെ വീരകഥകളാണ് ഒളിമ്പിക്സിന്റെ പിന്നിലുള്ളതെന്നാണ് മറ്റൊരു വാദം.

ഒളിമ്പിക്സിന്റെ ഉത്ഭവത്തെക്കുറിച്ച് ആധികാരികമായ വിവരണമുള്ള മറ്റൊരു കഥ ഇങ്ങനെയാണ്. ഈലിസിലെ രാജാവായിരുന്ന ഔഗിയാസ് ഒരിക്കൽ തന്റെ തൊഴുത്തുകളും കുതിരാലയങ്ങളും വൃത്തിയാക്കാൻ ഹെർക്കുലീസിനോട് കൽപ്പിച്ചു. തന്റെ കന്നുകാലികളിൽ ഒരു ഭാഗത്തെയാണ് പ്രതിഫലമായി വാഗ്ദാനം ചെയ്തിരുന്നത്. ഹെർക്കുലീസ് ജോലിയാരംഭിച്ചു. വെള്ളം കോരിക്കൊണ്ടുവന്ന് തൊഴുത്തുകൾ വൃത്തിയാക്കുകയെന്നത് മെനക്കേടാണെന്ന് ഹെർക്കുലീസ് മനസ്സിലാക്കി. മറ്റൊരുപായമാണ് അദ്ദേഹത്തിന്റെ ബുദ്ധിയിലുദിച്ചത്. കൂലംകുത്തിയൊഴുകിയിരുന്ന ആൽഫിയൂസ് നദി ആ കരുത്തൻ ഗതിതിരിച്ച് കുതിരലായത്തിലേക്കുവിട്ടു. തൊഴുത്തുകൾ വൃത്തിയായി. പക്ഷേ ഔഗിയാസ് രാജാവ് വാക്കുമാറി. ക്രുദ്ധനായ ഹെർക്കുലീസ് ഔഗിയാസുമായി ഏറ്റുമുട്ടി അയാളെ കാലപുരിക്കയച്ചു. ഈ വിജയം ആഘോഷിക്കുന്നതിനായിട്ടാണത്രെ ഹെർക്കുലീസ് ഒളിമ്പിക് മത്സരങ്ങൾ സംഘടിപ്പിച്ചത്.

ഗ്രീക്ക് ഇതിഹാസമായ *ഇലിയഡി*ലും ഗെയിംസിനെക്കുറിച്ച് പരാമർശമുണ്ട്. അക്കില്ലസ് തന്റെ സുഹൃത്തായ പെട്രോക്ലസിന്റെ മരണാനന്തര ചടങ്ങുകളോടനുബന്ധിച്ച് ഒരു ഗെയിംസ് നടത്തി. തേരോട്ടം, ഓട്ടം, ഡിസ്കസ് ത്രോ, ബോക്സിങ്, ഗുസ്തി എന്നീ ഇനങ്ങളിലായിരുന്നു മത്സരം. കഥ ഏതായാലും ഒരു മതാനുഷ്ഠാനമായാണ് ഒളിമ്പിക് മത്സരങ്ങളുടെ തുടക്കം എന്ന കാര്യത്തിൽ സംശയമില്ല. ഒരു ഒളിമ്പ്യാഡിനുള്ളിൽ; നാല് വർഷത്തിനുള്ളിൽ മരണമടയുന്നവരുടെ സ്മരണയ്ക്കായുള്ള ഭക്തിനിർവിശേഷമായ ഒരാചാരം.

1453 ബി സിയിലാണ് ഒളിമ്പിക്സ് ഉടലെടുത്തതെന്ന് കരുതുന്നവ

രുണ്ട്. അന്ന് ഒരു ഏകീകൃതരാജ്യമായിരുന്നില്ല ഗ്രീസ്. പരസ്പരം പോരടിക്കുന്ന ഒരുപിടി നഗര രാഷ്ട്രങ്ങൾ. വിവിധ ഗോത്രങ്ങളും നഗരങ്ങളും അധീശത്വത്തിനുവേണ്ടി തമ്മിലടിക്കുക പതിവായിരുന്നു. രാഷ്ട്രമീമാംസകരും തത്ത്വചിന്തകരും ബുദ്ധിജീവികളും ഒക്കെ ഈ മാത്സര്യം അവസാനിപ്പിക്കുവാൻ ഉപായങ്ങളാലോചിച്ചുവന്നു. ഡെൽഫിയിലെ ഒറക്കിൾ (ദേവവചനം) ആണത്രേ ഒളിമ്പിക് ഗെയിംസ് എന്ന ആശയത്തിന് ബീജാവാപം ചെയ്തത്. "എല്ലാ ഗോത്രങ്ങളിലെയും നഗരരാഷ്ട്രങ്ങളിലെയും കായികമല്ലന്മാർ തമ്മിൽ പൊരുതട്ടെ; ജേതാവിനെ ഹെല്ലാസിലെ (പുരാതന ഗ്രീസ്) വീരനായകനായി വാഴ്ത്തുക" — ദേവവചനം നിർദ്ദേശിച്ചു.

ഗ്രീസ് – മാസഡോണിയൻ അതിർത്തിയിലെ ഒളിമ്പസ് പർവതത്തിന്റെ പ്രശാന്ത സുന്ദരമായ താഴ്‌വര അങ്ങനെ മത്സരവേദിയായി. ആൽഫിയൂസ്, ക്ലോഡിയോസ് നദികൾ കളിത്തൊട്ടിലാക്കിയ ഒളിമ്പിയ ദേവരാജാവായ സ്യൂസിന്റെ അധിവാസസ്ഥാനമായാണ് യവനർ കരുതിയിരുന്നത്. അവർക്കത് പുണ്യഭൂമിയായിരുന്നു. ദേവന്മാർ ഏറ്റവും അനുഗ്രഹിക്കുന്ന വീരനു മാത്രമേ വിജയിക്കാനാവൂ എന്നവർ വിശ്വസിച്ചു. മത്സരങ്ങൾ ഏതെങ്കിലും നഗരത്തിൽവച്ചു നടത്തിയാൽ വീണ്ടും രാജാക്കന്മാർ തമ്മിലുള്ള കലാപമായിരിക്കും ഫലം. അതുകൊണ്ട് എല്ലാവർക്കും സ്വീകാര്യവും ആരാധ്യവുമായ ദേശം അവർ തെരഞ്ഞെടുത്തു. മലയുടെ താഴ്‌വാരമായതിനാൽ ധാരാളം പേർക്കിരുന്ന് മത്സരങ്ങൾ കാണുന്നതിനും സൗകര്യമുണ്ടായിരുന്നു.

അഞ്ചുദിവസം നീണ്ടുനിൽക്കുന്ന മേളകളായിരുന്നു പുരാതന ഒളിമ്പിക്സ്. മേളയുടെ സിംഹഭാഗവും സ്യൂസ് ദേവനെ പ്രീതിപ്പെടുത്തുന്ന ചടങ്ങുകളായിരുന്നു. പുരാതന ലോകാത്ഭുതങ്ങളിലൊന്നായ സ്യൂസ് ദേവന്റെ കൂറ്റൻ പ്രതിമയ്ക്കു മുന്നിൽ ഓരോ മേളയുടെയും മൂന്നാമത്തെ ദിവസം നൂറു കാളകളെ ബലികൊടുക്കുന്ന ചടങ്ങുണ്ടായിരുന്നു. സ്യൂസിനെ സ്മരിച്ചുകൊണ്ട് സൂര്യരശ്മിയിൽനിന്നും കൊളുത്തിയെടുത്ത പന്തം മത്സരങ്ങൾക്ക് നാന്ദികുറിച്ചു. അഞ്ചു ദിവസത്തെയും അനുഷ്ഠാനങ്ങൾ എങ്ങനെയായിരിക്കണമെന്നതിന് കൃത്യമായ നിയമസംവിധാനങ്ങളുണ്ടായിരുന്നു.

സ്യൂസ് ദേവനുള്ള ബലികഴിഞ്ഞാൽ പിന്നെ മത്സരങ്ങളായി. ഓട്ടം, ചാട്ടം, മുഷ്ടിയുദ്ധം, ഗുസ്തി എന്നിവയും ഡിസ്കസ്ത്രോ, ജാവലിൻ ത്രോ എന്നിവയുടെ ആദിമരൂപങ്ങളുമായിരുന്നു അന്നത്തെ മത്സരങ്ങൾ. പതിനൊന്നു മാസത്തെ തീവ്രപരിശീലനവും കർക്കശമായ വ്രതവും അന്ന് കായികതാരങ്ങൾക്ക് നിർബന്ധമായിരുന്നു. അതിന് മേൽനോട്ടം വഹിക്കാൻ തെരഞ്ഞെടുക്കപ്പെട്ട ആളുകളുമുണ്ടായിരുന്നു. ശുദ്ധജലവും വെണ്ണയുമായിരുന്നു കായികതാരങ്ങൾക്ക് അനുവദിക്കപ്പെട്ട ഭക്ഷണം. ചിട്ടയും അച്ചടക്കവും ലംഘിക്കുന്നവർക്ക് കടുത്ത ശിക്ഷ നൽകിപ്പോന്നു. അക്കാലത്ത് വിദ്യാഭ്യാസത്തിന്റെ ഭാഗമായി തന്നെ കായികപരി

ശീലനവും നൽകിയിരുന്നു. പ്ലേറ്റോയുടെ നിയമാവലിയിൽ അത്‌ലറ്റിക്സ് നിഷ്കർഷിക്കുന്നുണ്ട്. ഗ്രീസിൽ പട്ടാളസേവനം നിർബന്ധമായിരുന്നതിനാൽ യുവാക്കളൊക്കെ റസലിങ് സ്കൂളുകളിൽ പോവാറുണ്ടായിരുന്നു. ഒളിമ്പിക്സ് തുടങ്ങുന്നതിനും ഒരുമാസം മുമ്പേ എല്ലാവരും ഒളിമ്പിയയിൽ എത്തിയിരിക്കണം. അവസാനഘട്ട പരിശീലനം എല്ലാവരും ചേർന്നായിരുന്നു. ഒളിമ്പിയൻ പ്രദേശമായ ഈലിസിൽ നിന്നുള്ളവരായിരുന്നു ജഡ്ജിമാർ. ഈലിയൻമാർക്ക് ഒരു പ്രശസ്തിയുണ്ട്. ഒരു ഈലിയൻ ചതിക്കുക എന്നാൽ ലോകം മുഴുവൻ നിങ്ങളെ ചതിക്കുക എന്നാണർത്ഥം. അത്രയ്ക്ക് നീതിനിഷ്ഠരായിരുന്നത്രെ അവർ. കൈക്കൂലി വാങ്ങുന്നതോ പക്ഷപാതം കാണിക്കുന്നതോ ഗ്രീക്ക് ദേവന്മാരോടുള്ള അവഹേളനമായാണ് കരുതപ്പെട്ടിരുന്നത്.

സ്ത്രീകൾക്ക് മത്സരത്തിൽ പങ്കെടുക്കുന്നതിനോ കാണുന്നതിനോ അനുവാദമുണ്ടായിരുന്നില്ല. ഒളിഞ്ഞുനോക്കാൻ ശ്രമിച്ചാൽ മലമുകളിൽനിന്ന് താഴേക്ക് തള്ളിയിട്ട് വധശിക്ഷ നൽകിയിരുന്നു. സ്ത്രീകൾക്ക് അവരുടേതായ ഒരു മേളയുണ്ടായിരുന്നു. അഞ്ചുവർഷത്തിലൊരിക്കൽ നടത്തപ്പെടുന്ന ഈ മേളയിൽ 100 മീറ്റർ ഓട്ടവും മറ്റുമായിരുന്നു മത്സരയിനങ്ങൾ.

ഒരിക്കൽ മകൻ ഒളിമ്പിക്സിൽ മത്സരിക്കുന്നതുകാണാൻ ആഗ്രഹിച്ച ഒരു അമ്മ പ്രച്ഛന്നവേഷം കെട്ടുകയുണ്ടായി. റോഡ്സിലെ ഫെറേനിയസ് എന്ന അമ്മ ഒരു കായികതാരത്തിന്റെ വേഷത്തിൽ സ്റ്റേഡിയത്തിൽ കടന്നു. മകൻ പിസിഡോറെസ് ബോക്സിങ്ങിൽ ചാമ്പ്യനായതുകണ്ട് സന്തോഷം സഹിക്കവയ്യാഞ്ഞ് ഫെറേനിയസ് വേദിയിലേക്ക് ഓടിക്കയറി. മകനെ വാരിപ്പുണർന്നു. ഭാഗ്യദോഷംകൊണ്ട് അവരുടെ പ്രച്ഛന്നവേഷം ഊരിപ്പോവുകയും രഹസ്യം വെളിച്ചത്താവുകയും ചെയ്തു. ഫെറേനിയസ് ഒരു വിധവ ആയതുകൊണ്ടും അവരുടെ അച്ഛനും സഹോദരന്മാരും ഒളിമ്പിക് ചാമ്പ്യന്മാരായിരുന്നതുകൊണ്ടും ശിക്ഷയിൽനിന്ന് ഒഴിവാക്കപ്പെട്ടു. അന്നുമുതൽ ഒളിമ്പിക്സ് വേദിയിലെ ഇത്തരം ആൾമാറാട്ടം ഒഴിവാക്കാൻ വേണ്ടി കായികതാരങ്ങൾ പരിശോധനയ്ക്ക് വിധേയമാകണമെന്ന വ്യവസ്ഥയുണ്ടായി.

പുരാതന ഒളിമ്പിക്സിലെ മത്സരങ്ങൾ കഠിനമായിരുന്നു. ബോക്സിങ്ങിലാണെങ്കിൽ രണ്ടിലൊരാൾ അടിപ്പെടുംവരെയായിരുന്നു പോരാട്ടം. യുളീസ്സസ് ബോക്സിങ് മത്സരം കഴിഞ്ഞ് വീട്ടിലെത്തിയപ്പോൾ സ്വന്തം നായ മാത്രമേ തിരിച്ചറിഞ്ഞുള്ളൂ. മുഷ്ടിയുദ്ധവും ഗുസ്തിയും ചേർന്ന മൃഗീയമായ ഒരു മത്സരമായിരുന്നു 'പൻക്രേഷൻ'. പലപ്പോഴും മല്ലന്മാർ രണ്ടും ഇടിയും തല്ലും ഏറ്റ് ചതഞ്ഞ് അവശരാകുന്നതിനാൽ വിജയിയെ നിർണ്ണയിക്കാൻ കഴിഞ്ഞിരുന്നില്ല. പൻക്രേഷൻ മല്ലന്മാർ മഹാവീരന്മാരായിരുന്നു. തെസ്സാലിയിലെ പോളിഡാമസ് കൈകൾകൊണ്ട് ഒരു സിംഹത്തെ ഞെരിച്ചുകൊന്നു. തസ്സോസിലെ തിയാറേനസ് മുഷ്ടിയുദ്ധം, ഓട്ടം, പൻക്രേഷൻ എന്നിവയിൽ 1400

തവണ ചാമ്പ്യൻപദവി നേടിയ മറ്റൊരതികായനാണ്. ബി സി ആറാം ശതകത്തിൽ ക്രോറ്റോണിലെ അസാധാരണ ബാലനായ മീലോൺ പ്രതിയോഗികളെ അനങ്ങുവാൻകൂടി അനുവദിക്കാതെ നിലത്തടിച്ച് ഒലീവിലക്കിരീടം ശിരസ്സിലണിഞ്ഞു. ഒരിക്കൽ ഈ കുട്ടിമല്ലൻ താൻ അടിച്ചുകൊന്ന ഒരു കാളയെ ഒറ്റയ്ക്കു തിന്നുവത്രേ. ഇന്ന് ആഥൻസിൽ പ്രതിഷ്ഠിച്ചിരിക്കുന്ന മിലോണിന്റെ പടുകൂറ്റൻ പ്രതിമയിൽ സ്ഥാപിച്ചിട്ടുള്ള ശിലാഫലകത്തിൽ ഈ വിവരങ്ങൾ രേഖപ്പെടുത്തിയിട്ടുണ്ടുതാനും.

നിറഞ്ഞ കാണികളെ സാക്ഷിനിർത്തി മികവുറ്റ പ്രകടനം കാഴ്ചവച്ച താരങ്ങൾ നിരവധിയായിരുന്നു. മുയലിനെ ഓടിത്തോൽപ്പിക്കുവാൻ സാധിച്ചിരുന്ന ഹിമറയിലെ ക്രിസൺ മൂന്ന് ഒളിമ്പ്യാഡുകളിൽ വേഗത്തിന്റെ രാജാവായിരുന്നു. എന്നാൽ ഒളിമ്പിക് ചരിത്രത്തിലെ ഏറ്റവും മികച്ച ഓട്ടക്കാരൻ ലിയോണിഡെസ് ആയിരുന്നു. റോഡ്സിലെ ഈ വീരപുരുഷൻ 200, 400 വാര ഓട്ടങ്ങളിലും 'ഡോളിക്കോസി'ലും പതിനാറു വർഷക്കാലം ഒളിമ്പിക് ചാമ്പ്യനായിരുന്നു. സ്റ്റേഡിയത്തിൽ അങ്ങോട്ടുമിങ്ങോട്ടും 24 തവണ ഓടുന്ന മത്സരമാണ് ഡോളിക്കോസ്. ഒളിമ്പിക് ഗെയിംസിന് കാലക്രമത്തിൽ ഒരുതരം അന്തർദേശീയ സ്വഭാവം കൈവന്നു. 330 ബി സിയിൽ പേർഷ്യയെ ആക്രമിക്കുവാൻ തയ്യാറെടുത്തുകൊണ്ടിരുന്ന മാസഡോണിയയിലെ അലക്സാണ്ടർ രാജകുമാരൻ മികച്ച ഓട്ടക്കാരനായതുകൊണ്ട് ഒളിമ്പിക്സിലേക്ക് ക്ഷണിക്കപ്പെട്ടത് ഇതിനുദാഹരണമാണ്. അന്നും ചില സമാന്തര ഗെയിംസുകൾ നടന്നുവന്നിരുന്നതായി ചരിത്രം രേഖപ്പെടുത്തുന്നു. ഡെൽഫിയിലെ പൈതിയൻ ഗെയിംസ്, നീമിയയിലെ നീമിയൻ ഗെയിംസ്, കൊറിന്തയിലെ ഈസ്ത്മെൻ ഗെയിംസ് എന്നിവയൊക്കെ പ്രശസ്തമായ ഗെയിംസുകളായിരുന്നു. എന്നാൽ ഈ മേളകളേക്കാൾ അലക്സാണ്ടറിന് സ്വീകാര്യം ഒളിമ്പിയ തന്നെയായിരുന്നു. എങ്കിലും മറ്റ് ഓട്ടക്കാരൊക്കെ രാജകുമാരന്മാരാണെങ്കിൽ മാത്രമേ താൻ മത്സരിക്കൂവെന്ന് അലക്സാണ്ടർ ശഠിച്ചു. അദ്ദേഹം പങ്കെടുത്തുവെന്നും ഇല്ലെന്നും രണ്ടുപക്ഷമുണ്ട്. ഓടിത്തോറ്റുവെന്നാണ് ചിലരുടെ അഭിപ്രായം.

ഏതായാലും ലോകപ്രശസ്തരായ നിരവധി പേർ മാറ്റുരച്ചിരുന്ന വേദിയായിരുന്നു ഒളിമ്പിയ. ചെറുപ്പകാലത്ത് അറിയപ്പെടുന്ന ഒരു ഗുസ്തിവീരനായിരുന്നു പ്ലേറ്റോ. ഒരിക്കൽ എട്ടുവയസ്സുകാരനായ ഒരു ബാലൻ യുവാക്കൾക്കായുള്ള മല്ലയുദ്ധവേദിയിലേക്ക് ചെന്നുവത്രേ. എന്നാൽ കൊച്ചുകുട്ടിയാണെന്ന കാരണത്താൽ പ്രവേശനം നൽകിയില്ല. കോപംകൊണ്ട ബാലൻ മുതിർന്നവരുടെ വേദിയിൽ പ്രവേശിച്ച് എല്ലാവരെയും ഇടിച്ചുനിരപ്പാക്കി. പിൽക്കാലത്ത് ഗണിതശാസ്ത്രജ്ഞനായി ഖ്യാതിനേടിയ പൈതഗോറസായിരുന്നു ആ കുട്ടി. ഒലീവിലകൊണ്ടൊരു കിരീടവും ഒളിമ്പിയയിലൊരു പ്രതിമയും ആയിരുന്നു ജേതാവിന് കിട്ടിയിരുന്ന സമ്മാനം. പണമൊന്നും കിട്ടാറില്ലെങ്കിലും നാട്ടിൽ ഒരു വലിയ വീരനായകനാണ് പിന്നീടയാൾ. സൗജന്യ ഭക്ഷണം, എവിടെയും മുൻനി

രയിൽ സ്ഥാനം ഇതൊക്കയായിരുന്നു അയാൾക്ക് ജന്മനാട് നൽകിയിരുന്ന ആദരം. മത്സരങ്ങളിൽ ക്രമക്കേട് കാണിക്കുന്നവർക്കായി ഗിരിശിഖരത്തിനടിയിലായി 'സെയിസ്' എന്ന പേരോടുകൂടി ഒരു പ്രതിമ സ്ഥാപിക്കുകയും കുറ്റവാളിയുടെ പേരും അയാൾ കായികരംഗത്ത് ചെയ്ത കുറ്റകൃത്യങ്ങളും അതിൽ രേഖപ്പെടുത്തുകയും ചെയ്യുക പതിവായിരുന്നു. മാത്രമല്ല അതിനുള്ള ചെലവും കുറ്റംചെയ്തവർ തന്നെയാണ് നൽകേണ്ടിയിരുന്നത്.

കാലപ്രവാഹത്തിൽ ഒളിമ്പിക്സ് മൃഗീയതയുടെയും രക്തദാഹത്തിന്റെയും ധനമോഹത്തിന്റെയും പ്രതീകമായി മാറി. പ്രശസ്തിക്കുവേണ്ടിയുള്ള പരക്കംപാച്ചിലിൽ മഹത്തായ ആ മേളയ്ക്ക് ഗ്ലാനി സംഭവിച്ചു. ബി സി രണ്ടാം നൂറ്റാണ്ടിൽ റോമക്കാർ ഗ്രീസ് ആക്രമിക്കാൻ തുടങ്ങിയതോടെ ഒളിമ്പിക്സിന്റെ ശോഭ കുറയാൻ തുടങ്ങി. റോമക്കാർ ഗെയിംസിന്റെ വിശുദ്ധിയും നിയമാവലികളും ലംഘിക്കാനും ശ്രമിച്ചിരുന്നു. വഴക്കും വക്കാണവും ഒളിമ്പിക് വേദികളെ അലങ്കോലപ്പെടുത്തി. റോമൻ താരങ്ങളുടെ അമേച്വർ പദവിയെ ഗ്രീക്കുകാർ ചോദ്യം ചെയ്തു. സമാധാനത്തിന്റെ അന്തരീക്ഷത്തിൽ യുദ്ധകാഹളം മുഴങ്ങി. മനുഷ്യൻ ഓടിമത്സരിച്ചിരുന്ന സ്റ്റേഡിയങ്ങൾ മൃഗങ്ങളുമായി വെറുംകയ്യോടെ പോരാടുന്ന മനുഷ്യന്റെ ജീവരക്തത്തിൽ കുതിർന്ന പടക്കളങ്ങളായിത്തീർന്നു. യഥാർത്ഥ കായിക മത്സരം എന്നൊന്നില്ലാതായി. എ ഡി 67–ൽ നീറോ ചക്രവർത്തി വിധികർത്താക്കൾക്ക് പൊന്നും പണവുംകൊടുത്ത് സ്വാധീനിച്ച് തന്റെ വിജയം സ്ഥാപിച്ചെടുത്തു. എ ഡി 394–ൽ റോമൻ ചക്രവർത്തിയായ തിയോഡോഷ്യസ് ഒന്നാമൻ ഗ്രീസിൽ ക്രിസ്തുമതം ഏർപ്പെടുത്തി. വിശ്വാസികളുടെ ആരാധനാലയങ്ങൾ തകർക്കാൻ അദ്ദേഹം ഉത്തരവിട്ടു. 'അവിശ്വാസികളുടെ മേള'യായ ഒളിമ്പിക്സ് തിയോഡോഷ്യസ് രേഖാമൂലം നിരോധിച്ചു. എ ഡി 395–ൽ ഗോത്തുകളും ബൈസാന്റിനുകളും തമ്മിൽ ഏറ്റുമുട്ടി. ഒളിമ്പിയയെ ആ യുദ്ധം

പ്രാചീന ഒളിമ്പിക്സ് : സമയരേഖ

776 ബി സി	– ആദ്യ ഒളിമ്പിക്സ്
720 ബി സി	– 15–ാം ഒളിമ്പിക്സ്. അത്‌ലറ്റുകൾ നഗ്നരായി ഓടി
708 ബി സി	– പെന്റാത്‌ലൺ തുടങ്ങി (ലോങ്ജമ്പ്, ഡിസ്കസ്)
688 ബി സി	– ബോക്സിങ് തുടങ്ങി
680 ബി സി	– തേരോട്ടമത്സരം തുടങ്ങി
648 ബി സി	– 38–ാം ഒളിമ്പിക്സ്. കുതിരയോട്ട മത്സരം തുടങ്ങി പൻക്രേഷൻ എന്ന 'അടിമത്സര'വും ആരംഭിച്ചു
632 ബി സി	– ആൺകുട്ടികൾക്കായുള്ള മത്സരങ്ങൾ ആരംഭിച്ചു
520 ബി സി	– ആയുധ ഓട്ടം ആരംഭിച്ചു
394 എ ഡി	– ഒളിമ്പിക് ഗെയിംസ് നിരോധിച്ചു

തളർത്തിക്കളഞ്ഞു. ക്രിസ്ത്വബ്ദം 396-ൽ എല്ലാ ഉപാധികളും ഉപയോഗിച്ച് ഒരു രേഖപോലും ബാക്കിവയ്ക്കാതെ ഒളിമ്പിക്സ് തുടച്ചുനീക്കപ്പെട്ടു.

എ ഡി 394-ൽ റോമൻ ചക്രവർത്തിയായ തിയോഡോഷ്യസ് ഒന്നാമൻ ഗ്രീസിൽ ക്രിസ്തുമതം ഏർപ്പെടുത്തി. അവിശ്വാസികളുടെ ആരാധനാലയങ്ങൾ തകർക്കുവാൻ അദ്ദേഹം ഉത്തരവിട്ടു. അവിശ്വാസികളുടെ മേളയായ ഒളിമ്പിക്സ് തിയോഡോഷ്യസ് രേഖാമൂലംതന്നെ നിരോധിച്ചു. എ ഡി 395-ൽ ഗോത്തുകളും ബൈസാന്റിനികളും തമ്മിൽ ഏറ്റുമുട്ടി. ഒളിമ്പിയയെ ആ യുദ്ധം തളർത്തിക്കളഞ്ഞു. മുപ്പത്തിയൊന്ന് വർഷത്തിനുശേഷം തിയോഡോഷ്യസ് രണ്ടാമൻ അധികാരമേറ്റു. ഒളിമ്പിക്സ് ആസ്ഥാനത്തെ വലയം ചെയ്തിരുന്ന മതിൽക്കെട്ടുപോലും അദ്ദേഹം ഇടിച്ചുനിരത്തിച്ചു. ഒടുവിൽ ഒരു നൂറ്റാണ്ടിനുശേഷം വികാരരഹിതമായ കാലത്തിന്റെ വിധിയെഴുത്തുപോലെ കടന്നുവന്ന ഭൂചലനവും ക്ലോസിയോസ് നദിയിലെ പ്രളയവും ഒളിമ്പിക് പ്രസ്ഥാനത്തിന്റെ മനോഹരങ്ങളായ സ്മാരകങ്ങളെപ്പോലും പ്രപഞ്ചത്തിൽനിന്നും എടുത്തുനീക്കി. ലോകകായിക ചരിത്രത്തിലെ ഒരു സുവർണാധ്യായം അങ്ങനെ ഇരുളിൽ വിലയം പ്രാപിച്ചു.

ക്രിസ്തുവിന് മുൻപ് 776 മുതൽ ഒലീവ് ഇലകൾ കോർത്ത മാലയ്ക്കു വേണ്ടി നടന്നുവന്ന മത്സരങ്ങൾ നിന്നുപോയ കഥ എല്ലാ വിനോദങ്ങളെയും കലകളെയും സ്നേഹിച്ചിരുന്ന ഒരു നല്ല മനുഷ്യനെ വേദനിപ്പിക്കുകയുണ്ടായി. അതെ, 1896-ൽ ഒളിമ്പിക് പ്രസ്ഥാനത്തെ പുനരുജ്ജീവിക്കാൻ ഫ്രഞ്ചുകാരനായ ബാരൺ പിയറി ദെ ക്യൂബർതിൻ എന്ന പ്രവാചകൻ വേണ്ടിവന്നു.

ആധുനിക ഒളിമ്പിക്സ് വേദികൾ

വർഷം	വേദി	പങ്കെടുത്ത രാജ്യങ്ങൾ	മെഡൽ നിലയിൽ ഒന്നാമത്	ഇന്ത്യൻ മെഡലുകൾ
1896	ആഥൻസ് (ഗ്രീസ്)	13	യു എസ് എ	
1900	പാരീസ് (ഫ്രാൻസ്)	24	ഫ്രാൻസ്	2 വെള്ളി
1904	സെന്റ് ലൂയിസ് (യു എസ് എ)	12	യു എസ് എ	
1908	ലണ്ടൻ (ബ്രിട്ടൻ)	22	ബ്രിട്ടൻ	
1912	സ്റ്റോക്ഹോം (സ്വീഡൻ)	28	യു എസ് എ	
1916	ഒന്നാം ലോകയുദ്ധം മൂലം മുടങ്ങി			

1920	ആന്റ് വെർപ്പ് (ബെൽജിയം)	29	യു എസ് എ	
1924	പാരീസ് (ഫ്രാൻസ്)	44	യു എസ് എ	
1928	ആംസ്റ്റർഡാം (നെതർലൻഡ്സ്)	46	യു എസ് എ	1 സ്വർണ്ണം
1932	ലോസ് ഏയ്ഞ്ചൽസ് (യു എസ് എ)	37	യു എസ് എ	1 സ്വർണ്ണം
1936	ബർലിൻ (ജർമനി)	49	ജർമനി	1 സ്വർണ്ണം
1940	രണ്ടാം ലോകയുദ്ധം മൂലം നടന്നില്ല			
1944	രണ്ടാം ലോകയുദ്ധം മൂലം നടന്നില്ല			
1948	ലണ്ടൻ (ബ്രിട്ടൻ)	59	യു എസ് എ	1 സ്വർണ്ണം
1952	ഹെൽസിങ്കി (ഫിൻലൻഡ്)	69	യു എസ് എ	1 സ്വർണ്ണം 1 വെങ്കലം
1956	മെൽബൺ (ഓസ്ട്രേലിയ)	67	യു എസ് എസ് ആർ	1 സ്വർണ്ണം
1960	റോം (ഇറ്റലി)	83	യു എസ് എസ് ആർ	1 വെള്ളി
1964	ടോക്കിയോ (ജപ്പാൻ)	93	യു എസ് എ	1 സ്വർണ്ണം
1968	മെക്സിക്കോസിറ്റി (മെക്സിക്കോ)	112	യു എസ് എ	1 വെങ്കലം
1972	മ്യൂണിക് (പശ്ചിമജർമനി)	121	യു എസ് എസ് ആർ	1 വെങ്കലം
1976	മോൺട്രീൽ (കാനഡ)	94	യു എസ് എസ് ആർ	
1980	മോസ്കോ (യു എസ് എസ് ആർ)	81	യു എസ് എസ് ആർ	1 സ്വർണ്ണം
1984	ലോസ് ഏഞ്ചൽസ് (യു എസ് എ)	140	യു എസ് എ	
1988	സോൾ (ദക്ഷിണ കൊറിയ)	159	യു എസ് എസ് ആർ	
1992	ബാഴ്സലോണ (സ്പെയിൻ)	172	റഷ്യ	
1996	അറ്റ്ലാന്റ (യു എസ് എ)	197	യു എസ് എ	1 വെങ്കലം
2000	സിഡ്നി (ഓസ്ട്രേലിയ)	199	യു എസ് എ	1 വെങ്കലം
2004	ആഥൻസ് (ഗ്രീസ്)	201	യു എസ് എ	1 വെള്ളി

2

ലോകസൗഹൃദം ക്യുബർതിന്റെ ഗീതം

വിശ്വകായികചരിത്രത്തിൽ ഒരിക്കലും വിസ്മരിക്കാനാവാത്ത പേരാണ് ക്യുബർതിൻ പ്രഭുവിന്റേത്. അക്ഷീണ പരിശ്രമത്തിന്റെയും ത്യാഗത്തിന്റെയും പ്രതീകം. "ഒളിമ്പിക്സിൽ വിജയിക്കലല്ല പങ്കെടുക്കുകയാണ് പ്രധാനം. കീഴടക്കലല്ല മികച്ചരീതിയിലുള്ള പോരാട്ടമാണ് ജീവിതത്തിൽ വേണ്ടത്." ആധുനിക ഒളിമ്പിക്സിന്റെ പിതാവായ ബാരൺ പിയറി ദെ ക്യുബർതിന്റെ വാക്കുകളാണിത്. ഫ്രാൻസിലെ വിഖ്യാതമായ ക്യുബർത്താൻ കുടുംബത്തിൽ 1863-ൽ ജനിച്ച പിയറി ബാല്യത്തിൽതന്നെ കുതിരസവാരിയിലും വഞ്ചിതുഴയലിലും വാൾപ്പയറ്റിലും ബോക്സിങ്ങിലും നിപുണനായി. കളിക്കളത്തിൽനിന്ന് അദ്ദേഹം വളരെ വലിയ ഒരു സുഹൃദ്വലയം തന്നെ സൃഷ്ടിച്ചെടുത്തു.

ചിന്തിക്കാൻ തുടങ്ങിയപ്പോൾ ക്യുബർതിൻ ചെയ്ത ആദ്യനടപടി സ്പോർട്സും വിദ്യാഭ്യാസവും സമന്വയിപ്പിച്ച് ഒരു പാഠ്യപദ്ധതി തയ്യാറാക്കുന്നതിനെക്കുറിച്ച് റിപ്പോർട്ട് സ്വയം ഉണ്ടാക്കുകയായിരുന്നു. അതിന് അദ്ദേഹത്തിന് മാതൃകയായത് ലണ്ടനിലെ പ്രശസ്തമായ പബ്ലിക് സ്കൂളുകളുടെ സ്ഥാപകനായ തോമസ് ആർനോൾഡിന്റെ ശാസ്ത്രീയ സമീപനമായിരുന്നു. ഒരു തീർത്ഥയാത്രയെന്നോണം ലണ്ടനിലേക്കു പോയ അദ്ദേഹം അവിടെ താമസിക്കുന്ന കാലത്ത് സാമൂഹ്യശാസ്ത്ര സംബന്ധിയായ അന്വേഷണങ്ങൾക്കിടയിൽ ഒളിമ്പിക്സിനെക്കുറിച്ചുള്ള ഗവേഷണത്തിന്റെ ഭാഗമായി ഒളിമ്പിയയിൽ എത്തി. ഗ്രീസ് മൊത്തം ചുറ്റിനടന്നുകണ്ട് ചരിത്രരേഖകൾ ശേഖരിച്ചു. മനുഷ്യന്റെ കായികമികവിന്റെ മാഹാത്മ്യം മനസ്സിലാക്കിയ ആ ഫ്രഞ്ച്കുബേരൻ അന്നത്തെ

ആധുനിക ഒളിമ്പിക്സിന്റെ പിതാവായ ബാരൺ പിയറി ദെ ക്യൂബർതിൻ

യുവാക്കളുടെ ആരോഗ്യപ്രശ്നങ്ങളുടെ പ്രധാനഹേതു കായികരംഗത്തോടുള്ള അനാസ്ഥയാണെന്നു കണ്ടെത്തുകയും ഒളിമ്പിക്സ് പുനരുജ്ജീവിപ്പിക്കുന്നതിനെക്കുറിച്ച് ഉറക്കെ ചിന്തിക്കുകയും ചെയ്തു.

കൊള്ളയും കൊലയും നാട്ടുനടപ്പായിരുന്ന ലോകരാഷ്ട്രങ്ങളിൽ സമാധാനവും സഹവർത്തിത്വവും മുഖമുദ്രയാക്കിയിരുന്ന ഒളിമ്പിക്സിന് ഏറെ മാറ്റങ്ങൾ കൊയ്തുകൂട്ടാനാവുമെന്ന തിരിച്ചറിവാണ് എ ഡി 394-ൽ തിയോഡോഷ്യസ് ചക്രവർത്തി ഞെക്കിക്കൊന്ന ഒളിമ്പിക്സിന് ഉയിർപ്പേകാൻ ക്യുബർതിനെ പ്രേരിപ്പിച്ചത്. വ്യക്തികളിൽ അച്ചടക്കവും പൂർണ്ണതയും കൈവരുത്താൻ കായികപരിശീലനങ്ങൾക്കാവും എന്ന കണ്ടെത്തൽ ക്യുബർതിന്റേതുമാത്രമായിരുന്നു.

ഒളിമ്പിക്സിനെ ശാശ്വത ലോകസമാധാനത്തിന്റെ ഉപകരണമായി കാണാനാണ് ക്യുബർതിൻ ശ്രമിച്ചത്. തുടർന്നുള്ള അദ്ദേഹത്തിന്റെ പരിശ്രമങ്ങൾ അതിനുവേണ്ടിയായിരുന്നു. വിശ്രമരഹിതമായ യത്നങ്ങൾക്കൊടുവിൽ ആ ചരിത്രദിനം പിറന്നു. 1892 നവംബർ 25 വെള്ളിയാഴ്ച ഒളിമ്പിക്സിലെ നാഴികക്കല്ലായ ആ ദിനത്തിൽ പാരീസിൽ ഫ്രഞ്ച് യൂണിയൻ ഓഫ് അത്‌ലറ്റിക് സ്പോർട്സിന്റെ വാർഷികാഘോഷ വേളയിൽ ഒളിമ്പിക്സ് വീണ്ടെടുക്കാനുള്ള തന്റെ തീരുമാനം ക്യുബർതിൻ

പ്രഖ്യാപിച്ചു. താൻ വിഭാവനം ചെയ്യുന്ന പ്രസ്ഥാനത്തിന് തികച്ചും അന്തർദേശീയത വേണമെന്ന നിർബന്ധത്തിൽ അദ്ദേഹം പല വിദേശ രാജ്യങ്ങളും സന്ദർശിച്ച് ഇതിന് പ്രചാരം നൽകി. തുടർന്ന് 1894-ൽ അന്തർദേശീയ സമ്മേളനം വിളിച്ചുകൂട്ടി. അമേരിക്കയും നിരവധി യൂറോപ്യൻ രാജ്യങ്ങളും അതിൽ പങ്കെടുത്തു. ചർച്ചകൾക്കും ചിന്തകൾക്കുമൊടുവിൽ 1896-ൽ ഗ്രീസിന്റെ തലസ്ഥാനമായ ആഥൻസിൽ ഒളിമ്പിക്സ് ദീപം തെളിക്കാൻ ഉറപ്പിച്ചു. അതോടൊപ്പം പുരാതന ഒളിമ്പിക്സ് പോലെ നാലുവർഷത്തിലൊരിക്കൽ വിവിധ രാജ്യങ്ങളിലായി ആധുനിക ഒളിമ്പിക്സ് നടത്താനും തീരുമാനിച്ചു.

ആഥൻസ് നഗരവും നഗരപിതാവും സംഘാടകചുമതലയേറ്റെടുത്തപ്പോൾ സാമ്പത്തികപ്രശ്നം കരിംഭൂതത്തെപോലെ ക്യുബർതിനെയും കൂട്ടരെയും തുറിച്ചുനോക്കി. അടുത്ത മിത്രവും വിഖ്യാതശിൽപ്പിയുമായ ജോർജിയസ് അവറോഫ് എന്ന ഗ്രീക്ക് പ്രഭു സംഭാവനയായി നൽകിയ ഒരുലക്ഷം ഡോളറും ഒരു പരീക്ഷണം എന്ന നിലയിൽ പുറത്തിറക്കിയ ആദ്യത്തെ ഒളിമ്പിക്സ് തപാൽസ്റ്റാമ്പ് വിറ്റുകിട്ടിയ തുകയും ചേർത്ത് ക്യുബർതും സംഘവും ആധുനികകാലത്തെ പ്രഥമ ഒളിമ്പിക്സ് യാഥാർത്ഥ്യമാക്കി.

രണ്ടായിരം വർഷങ്ങൾക്കുമുമ്പ് തകർന്നടിഞ്ഞ ആഥൻസിലെ പാനാൻ തൈനൈക് സ്റ്റേഡിയം പുനർനിർമ്മിച്ച് കളിക്കളമാക്കി. 1896 ഏപ്രിൽമാസം 6-ാം തീയതി (ഗ്രീക്ക് കലണ്ടർ പ്രകാരം അന്ന് 1896 മാർച്ച് 25-ാം തീയതി തിങ്കളാഴ്ചയായിരുന്നു. ഇന്നും ഗ്രീക്കുകാർ ജോർജിയൻ കലണ്ടർ അംഗീകരിച്ചിട്ടില്ല) ഗ്രീസിലെ ജോർജ് ഒന്നാമൻ രാജാവിന്റെ ഘനഗംഭീരമായ ശബ്ദം മുഴങ്ങി – "ഒന്നാമത് സാർവദേശീയ ഒളിമ്പിക്സ്മേള ആഥൻസിൽ ആരംഭിച്ചതായി ഞാൻ പ്രഖ്യാപനം ചെയ്യുന്നു." ശൈവമരണം ഒളിമ്പിക്സിനെ ചരിത്രത്തിൽനിന്ന് തന്നെ തൂത്തുമാറ്റുമെന്ന് പ്രവചിച്ചവരെ പരിഹസിച്ചുകൊണ്ട് ശതാബ്ദവും പിന്നിട്ട വിശ്വകായികമേള പുതുനൂറ്റാണ്ടിലും ഭൂമുഖത്തെ ഏറ്റവും വലിയ പ്രദർശനമായി പ്രഭ ചൊരിയുന്നു. 1896-ൽ സാർവദേശീയ ഒളിമ്പിക്സ് കമ്മിറ്റിയുടെ അദ്ധ്യക്ഷനായി തെരഞ്ഞെടുക്കപ്പെട്ട ക്യുബർതിൻ 1925-വരെ ആ സ്ഥാനത്ത് തുടർന്നു.

അന്താരാഷ്ട്ര ഒളിമ്പിക് കമ്മിറ്റിയുടെ ഇപ്പോഴത്തെ അധ്യക്ഷൻ ഷാക്ക് റോഗ്ഗ്

കായികരംഗത്തിന്റെ കുലീനതയും പ്രോജ്ജ്വലതയും മനുഷ്യസാഹോദര്യവുമാണ് ഒളിമ്പിക് പ്രസ്ഥാനത്തിന്റെ ആശയപരിസരം. ഒളിമ്പിക്സിന് വീണ്ടും ജീവൻ നൽകാൻ ക്യുബർതിൻ പ്രഭു എന്ന പ്രവാചകൻ വേണ്ടിവന്നു. കൂടുതൽ വേഗത്തിൽ, കൂടുതൽ ഉയരത്തിൽ, കൂടു

തൽ കരുത്തുമായി (ലത്തീൻ ഭാഷയിൽ സിറ്റിയൂസ്, ഓൾട്ടിയൂസ്, ഫോർട്ടിയൂസ്) എന്ന ഡൊമിനിക്കൻ സന്യാസിമാരുടെ ജീവമന്ത്രം സ്വീകരിച്ച ഒളിമ്പിക് പ്രസ്ഥാനത്തിന് അതുവഴി പുതിയൊരു അർത്ഥവും കൈവന്നു. മറ്റൊരു വീക്ഷണകോണിൽക്കൂടി നോക്കിയാൽ ഈ പുന രുജ്ജീവനം പൂർണ്ണതയ്ക്കുവേണ്ടിയുള്ള അഭിവാഞ്ഛയാണ്. ഓരോ വ്യക്തിയും അവന്റേതായ രീതിയിൽ പ്രതിഭാസമ്പന്നനാണ്. തന്നിൽ ഒളിഞ്ഞിരിക്കുന്ന പ്രതിഭയെ അതിന്റെ പൂർണ്ണതയിലേക്ക് വികസിപ്പി ക്കാൻ സ്വന്തം അസ്തിത്വത്തോട് ഉത്തരവാദപ്പെട്ട ഓരോ വ്യക്തിയും കടപ്പെട്ടിരിക്കുന്നു. ഇതാണ് സൃഷ്ടിയെന്ന അത്ഭുതപ്രതിഭാസം. ഒളി മ്പിക്സ് ആ അർത്ഥത്തിൽ പൂർണ്ണതയിലേക്കുള്ള മനുഷ്യപ്രയാണ ത്തിന്റെ ഒരംശമാണെന്നു പറയാം.

1937 സെപ്തംബർ രണ്ടിന് ക്യൂബർതിൻ പ്രഭു മരിക്കുമ്പോൾ അദ്ദേഹത്തിന്റെ സ്വപ്നങ്ങൾ ഫലവത്താക്കുക മാത്രമല്ല ഒളിമ്പിക്സിന് ആഗോളസമ്മതിയും നേടാനായി. ലോകസാഹോദര്യത്തിനും സമാധാ നത്തിനുംവേണ്ടി യത്നിച്ച ഒരു വലിയ മനുഷ്യൻ എന്നനിലയിൽ ഒളി മ്പിക്സ് ഉള്ളിടത്തോളം ക്യൂബർതിൻ എന്ന നാമം ലോകം മുഴുവൻ അലയടിച്ചുകൊണ്ടേയിരിക്കും.

3

ജോർജ് രാജാവിന്റെ കണ്ണുകളും ഈറനണിഞ്ഞു

ക്യൂബർതിന് നന്ദി. 1896 ഏപ്രിൽ ആറിന് ആഥൻസിലെ പനാൻ തെനൈക് സ്റ്റേഡിയത്തിൽ എൺപതിനായിരം കായികപ്രേമികളുടെ മഹനീയ സാന്നിദ്ധ്യത്തിൽ ഒളിമ്പിക്സ് ഉയിർത്തെഴുന്നേറ്റു. 13 രാജ്യങ്ങളുടെ പ്രതിനിധികളായി 295 കായികതാരങ്ങൾ ഗ്രീസിന്റെ ആതിഥ്യം നുകരാൻ എത്തിയിരുന്നു. അത്‌ലറ്റിക്സ്, സൈക്കിളിങ്, വാൾപ്പയറ്റ്, ജിംനാസ്റ്റിക്, ടെന്നീസ്, ഷൂട്ടിംഗ്, നീന്തൽ, ഭാരോദ്വഹനം, ഗുസ്തി എന്നീ ഒൻപതിനങ്ങളിലായി 43 മത്സരങ്ങളാണ് അവിടെ നടത്തിയത്.

ഇന്നത്തേതിൽനിന്ന് നിയമങ്ങളിലും നടത്തിപ്പിലും ആസൂത്രണത്തിലും വിഭിന്നവും വ്യത്യസ്തവുമായിരുന്നു ആദ്യഗെയിംസ്. വെളുത്ത മാർബിൾ കൊണ്ടു തറപാകിയ ഒളിമ്പിക് സ്റ്റേഡിയം കാഴ്ചയ്ക്ക് മനോഹരമായിരുന്നെങ്കിലും കായികതാരങ്ങൾക്ക് അന്ന് അനേകം ബുദ്ധിമുട്ടുണ്ടാക്കി. 400 മീറ്റർ ട്രാക്കിനുപകരം കൂറ്റനൊരു വളവോടുകൂടിയ 333.33 മീറ്റർ ട്രാക്കാണ് ഒരുക്കിയത്. സംഘാടകരുടെ പിടിപ്പുകേടുമൂലമുണ്ടായ അലങ്കോലങ്ങൾക്ക് ഒരുപരിധിവരെയെങ്കിലും പരിഹാരമുണ്ടാക്കിയത് കലയും ശാസ്ത്രവും കായികമികവും സമന്വയിപ്പിച്ചുകൊണ്ട് വിരുന്നൊരുക്കിയ വിൽഹം ഡോർഫ് ഹെർഡർ എന്ന ജർമ്മൻകാരനായിരുന്നു.

അമേരിക്കക്കാരനായ ജെയിംസ് കൊണോലിക്കായിരുന്നു ആധുനിക ഒളിമ്പിക്സിലെ ആദ്യജേതാവാകാനുള്ള ഭാഗ്യമുണ്ടായത്. ഹാർഡ്‌വാർഡ് സർവ്വകലാശാലയിലെ വിദ്യാർത്ഥിയായ കൊണോലി അവധിക്കും സഹായത്തിനും അധികൃതരെ സമീപിച്ചെങ്കിലും രണ്ടും ലഭി

(1896–ൽ ആഥൻസിൽ പ്രഥമ ആധുനിക ഒളിമ്പിക്സിന്റെ ഉദ്ഘാടനചടങ്ങ്)

ച്ചില്ല. പക്ഷേ, കലശലായ ഒളിമ്പിക്സ് മോഹത്താൽ കലാലയം വിട്ടു പോയ കൊണോലി, ധനശേഖരണം നടത്തി ഗെയിംസിനെത്തി. ട്രിപ്പിൾ ജമ്പിൽ ഒന്നാംസ്ഥാനവും ഹൈജമ്പിൽ രണ്ടാംസ്ഥാനവും ലോങ്ജമ്പിൽ മൂന്നാംസ്ഥാനവും കരസ്ഥമാക്കിയ ഈ അമേരിക്കക്കാരന് ആദ്യ ഒളിമ്പിക്സിലെ വീരനായകനെന്ന സാക്ഷാത്കാരവുമായി. വർഷങ്ങൾക്കു ശേഷം ഹാർഡ് വാർഡ് യൂണിവേഴ്സിറ്റി ഓണററി ബിരുദം നൽകി കൊണോലിയെ ആദരിക്കയുമുണ്ടായി.

ട്രാക്ക് ആന്റ് ഫീൽഡ് ഇനങ്ങളിൽ അമേരിക്കൻ അത്‌ലറ്റുകൾ 12–ൽ ഒൻപതിലും വിജയം കണ്ടു. ആഥൻസിൽ മിന്നലോട്ടക്കാരുടെ

ആഥൻസ് 1896

6 - 4 - 1896 – 15 - 4 - 1896

ആതിഥേയരാജ്യം	:	ഗ്രീസ്
രാജ്യങ്ങൾ	:	13
താരങ്ങൾ	:	295
		(പുരു 295 + സ്ത്രീ 0)
ആകെ ഇനം	:	43 (9)
ഉദ്ഘാടനം	:	ജോർജ് ഒന്നാമൻ രാജാവ്

കിരീടമണിഞ്ഞതും ഒരു അമേരിക്കക്കാരനായിരുന്നു. 100 മീറ്റർ 12 സെക്കന്റിൽ ഓടിത്തീർന്ന തോമസ് ബ്രൂക്ക് 400–ലും ഒന്നാമതെത്തി അമേരിക്കയ്ക്ക് ആദ്യ 'സ്പ്രിന്റ് ഡബിൾ' സമ്മാനിച്ചു. ഡിസ്കസ് ത്രോയിൽ വിജയിച്ച അമേരിക്കൻ ടീമിലെ റോബർട്ട് ഗാരറ്റ് അതിനു മുമ്പ് ഒരിക്കലും യഥാർത്ഥ ഡിസ്കസ് കണ്ടിട്ടുകൂടിയുണ്ടായിരുന്നില്ല. എന്നിട്ടും 95 അടി ഏഴേമുക്കാൽ ഇഞ്ച് ദൂരത്തേക്ക് അനായാസം ഡിസ്കസ് പറത്തിക്കൊണ്ട് ഗാരറ്റ് ചാമ്പ്യനായി.

ആഥൻസിൽ പങ്കെടുത്ത എണ്ണം കുറവായിട്ടും ആതിഥേയരായ ഗ്രീക്കുകാർക്ക് വലിയ മേന്മയൊന്നും നേടാനായില്ല. എന്നാൽ അവർക്ക് ആഹ്ലാദിക്കാനുള്ള ദിവസം വരുന്നേയുണ്ടായിരുന്നുള്ളൂ. ഗെയിംസിന്റെ അഞ്ചാംനാൾ ഏപ്രിൽ 10-ന് മാരത്തോണിൽനിന്ന് ആഥൻസ് സ്റ്റേഡിയത്തിലേക്കുള്ള ദീർഘദൂരഓട്ടം ഗ്രീക്കുകാർ അഭിമാനപ്രശ്നമായെടുത്തു. ഓരോരുത്തരും തന്നാലാവുംവിധമുള്ള സമ്മാനങ്ങൾ വിജയിയാകുന്ന ഗ്രീക്ക് സഹോദരന് വാഗ്ദാനം ചെയ്തു. ഒളിമ്പിക്സിന്റെ പുനർജന്മത്തിനായുള്ള പ്രവർത്തനങ്ങളിൽ ക്യുബർതിൻ പ്രഭുവിന്റെ വലംകൈയായിനിന്ന ജോർജിയസ് അവറോഫ് സുന്ദരിയായ മകളെയും ഒരുദശലക്ഷം ഡോളറും നൽകാമെന്നേറ്റു.

ഗ്രീക്കുകാരുടെ പ്രാർത്ഥനയ്ക്ക് ഫലമുണ്ടായി. ആ ഞായറാഴ്ച ഉച്ചയ്ക്ക് മുമ്പേകുതിച്ച എതിരാളികളെയെല്ലാം നിഷ്പ്രഭരാക്കി, സ്റ്റേഡിയത്തിലേക്ക് ആദ്യമോടിയെത്തിയ ഗ്രീക്ക് പട്ടാളക്കാരൻ സ്പിരിഡൻ ലൂയിസിനെ കിരീടവും ഭാഗ്യവും ഒപ്പം തേടിയെത്തി. സ്റ്റേഡിയത്തിൽ ലൂയിസ് അവസാനറൗണ്ട് ഓടുമ്പോൾ അവിടെ ഒരിഞ്ചുസ്ഥലം പോലും കിട്ടാതെ ദൂരെ മലമുകളിൽപോലും ജനം കയറിപ്പറ്റിയിരുന്നു. ഗ്രീക്കുകാരൻ മുന്നേറിവരുന്ന വാർത്തകേട്ട് ഓടിയെത്തിയവരിൽ ഗ്രീക്ക് രാജകുടുംബമാകെയുണ്ടായിരുന്നു. രാജകുമാരൻമാരും യുവതികളുമടക്കം

മെഡൽനില

1.	അമേരിക്ക	11	7	2
2.	ഗ്രീസ്	10	17	19
3.	ജർമ്മനി	6	5	2
4.	ഫ്രാൻസ്	5	4	2
5.	ബ്രിട്ടൻ	2	3	2
6.	ഹംഗറി	2	1	3
7.	ഓസ്ട്രിയ	2	1	2
8.	ഓസ്ട്രേലിയ	2	0	0
9.	ഡെൻമാർക്ക്	1	2	3
10.	സ്വിറ്റ്സർലൻഡ്	1	2	0

പലരും അവസാന ലാപ്പിൽ ലൂയിസിനോടൊപ്പം ഓടി. രണ്ടാമനേക്കാൾ ഏഴ്മിനിറ്റ് മുമ്പേ ലൂയിസ് ഫിനിഷ്ചെയ്തു. ആതിഥേയർക്ക് ആദ്യത്തെ മെഡൽ! മെലിഞ്ഞുകുറിയ ആ മീശക്കാരന്റെ കൈകളിൽ വിജയസൂചകമായി ഒലീവ് ചില്ലകൾ നൽകിയപ്പോൾ ജോർജ് രാജാവിന്റെ കണ്ണുകൾപോലും ആഹ്ലാദാതിരേകത്താൽ ഈറനണിഞ്ഞിരുന്നുവത്രെ.

മാരത്തോണിലെ വിജയം ഗ്രീക്കുകാരുടെ ഒരാവശ്യമായിരുന്നു. ഓട്ടപ്പന്തയങ്ങളുടെ മാതാവായ മാരത്തോണിനോട് ഗ്രീക്കുകാർക്ക് വൈകാരികവും ചരിത്രപരവുമായ ബന്ധമുണ്ട്. 490 ബി സിയിൽ പേർഷ്യൻ സേനക്കെതിരെ മാതൃരാജ്യം വിജയം നേടിയവാർത്ത മാരത്തോണിൽനിന്ന് ആഥൻസിലേക്ക് 42 കിലോമീറ്റർ ഓടിയെത്തി അറിയിച്ച ഗ്രീക്ക് ദൂതൻ പൈഡിപ്പിഡ്സിന്റെ പാദമുദ്രകൾ ആ ജനതയ്ക്ക് എന്നും ദേശപ്രേമത്തിന്റേയും സഹനത്തിന്റേയും ആത്മസമർപ്പണത്തിന്റേയും വഴികാട്ടിയാണ്. പേർഷ്യൻപടയെ ഗ്രീസിന്റെ ചെറുസേന അത്ഭുതകരമായി പരാജയപ്പെടുത്തി. ഗ്രീക്ക് ചരിത്രത്തിലെ അതിമോഹനമായ ഈ വിജയത്തെ ചുറ്റിപ്പറ്റി ധാരാളം വീരഗാഥകൾ ഉണ്ടായി. അതിലൊന്നാണ് മാരത്തോൺ ഓട്ടത്തിന്റെ കഥയും.

പേർഷ്യൻ സൈന്യം ചിതറിയോടിയ സന്തോഷവാർത്ത ആഥൻസിൽ അറിയിക്കാൻ നിയോഗിച്ചത്, ഒരു കായികതാരം കൂടിയായ പൈഡിപ്പിഡ്സ് എന്ന സൈനികനെയായിരുന്നു. രാജ്യസ്നേഹത്തിന്റെ ആ ധീരനക്ഷത്രം മാരത്തോണിൽ നിന്ന് ഏകദേശം 23 നാഴിക അകലെയുള്ള ആഥൻസ്വരെ നിർത്താതെ ഓടി. പ്രവേശനകവാടത്തിൽ എത്തിയ ഉടനെ അയാൾ വിളിച്ചുപറഞ്ഞു – "വിജയം നമ്മെ അനുഗ്രഹിച്ചു, ആഹ്ലാദിക്കുക". ധീരനിൽ ധീരനായ ആ പോരാളി അവിടെത്തന്നെ വീണു. ആ കണ്ണുകൾക്ക് തിളക്കമറ്റു. ശ്വാസഗതി എന്നെന്നേക്കുമായി നിശ്ചലമായി. അനുസരണയുടെയും ദൃഢനിശ്ചയത്തിന്റേയും ധീരതയുടെയും പര്യായമായ ആ ദേശസ്നേഹിയെ ലോകം വിസ്മരിച്ചില്ല. മാരത്തോൺ മത്സരത്തിലൂടെ പൈഡിപ്പിഡ്സ് ഇന്നും കായികലോകത്തിന്റെ പുളകമായി പരിലസിക്കുന്നു.

ആഥൻസിൽ ഗ്രീസിന്റെ ഏക ഓട്ടക്കാരൻ സ്പിരിഡൻ ലൂയിസ്

ആഥൻസിൽ 100 കിലോമീറ്റർ സൈക്കിൾ സവാരിയിൽ ജേതാവായ ഫ്രഞ്ച് പൗരൻ ലിയോൺ ഫ്ളമിങ്ങിന് സ്റ്റേഡിയത്തിലെ ട്രാക്കിൽ മുന്നൂറ് തവണ കറങ്ങി ചവിട്ടേണ്ടിവന്നു. അതിനുവേണ്ടിവന്ന സമയം 3 മണിക്കൂർ 8 മിനിറ്റും 19.2 സെക്കന്റും. മത്സരം അവസാനിച്ചപ്പോൾ ബോധംകെട്ടു വീണുപോയ ഫ്ളമിങ് ഒന്നരദിവസം കഴിഞ്ഞാണ് വിജയവിവരം അറിഞ്ഞത്. ജർമ്മനിയിൽ നിന്നുമെത്തിയ കാൾഷുമാൻ ജിംനാസ്റ്റിക്സിൽ മൂന്നും ഗുസ്തിയിൽ ഒന്നും കിരീടങ്ങൾ നേടി പ്രശസ്തനായി. ഗ്രീസിലെ അറിസ്റ്റിഡിസ് 87 കി മീ സൈക്കിളിങ് റോഡ്റേസിൽ ഒന്നാമനായി. ഭാരോദ്വഹനത്തിൽ ഡെൻമാർക്കിന്റെ ഫിഗോയെൻസനും ബ്രിട്ടന്റെ ലെൻഗെൻസ്റ്റൻ എലിയറ്റും തമ്മിലായിരുന്നു മുഖ്യപോരാട്ടം. ഒറ്റക്കൈകൊണ്ടുള്ള ഭാരമുയർത്തലിൽ എലിയറ്റ് വിജയിച്ചപ്പോൾ ഇരുകൈകൊണ്ടുള്ള ഉയർത്തലിൽ യെൻസണായിരുന്നു ചാമ്പ്യൻ. ഷൂട്ടിങ്ങിൽ അമേരിക്കയുടെ പയിൻ സഹോദരൻമാരായ ജോണും സംനറും പ്രഥമഒളിമ്പിക്സിൽ തന്നെ വിജയം നേടിയ സഹോദരൻമാരെന്ന ഖ്യാതിക്ക് ഉടമകളായി. യാദൃച്ഛികമെന്നോണം രണ്ടിനങ്ങളിലെയും ഇരുവരുടെയും സ്കോറും തുല്യമായിരുന്നു - 442 പോയിന്റ്. ഒരു ഒളിമ്പിക്സ് ഗീതം രൂപംകൊണ്ടു എന്നതും പ്രഥമ ഒളിമ്പിക്സിന്റെ സവിശേഷതകളിലൊന്നാണ്. ഒളിമ്പിക്സ് ഗാനം ചിട്ടപ്പെടുത്തി, ആദ്യമായി അത് രംഗത്തവതരിപ്പിക്കാൻ നേതൃത്വം നൽകിയത് ഗ്രീക്കുകാരനായ സ്പെറോസ് സമരസീനായിരുന്നു.

അങ്ങനെ 1502 വർഷത്തെ കാത്തിരിപ്പ് അവസാനിപ്പിച്ച്, ആധുനികചിന്തകൾക്ക് തുടക്കം കുറിച്ചുകൊണ്ട് വിശ്വകായിക മേളയിലെ ആദ്യരംഗത്തിന് ആഥൻസിൽ തിരശ്ശീലതാണു.

4

പാരീസ് എക്സിബിഷന്റെ സൈഡ്ഷോ

ഒരു ഒളിമ്പിക്സ് യാഥാർത്ഥ്യമായിക്കഴിഞ്ഞപ്പോൾ ജനങ്ങളുടെ ഇടയിൽ ഈ പ്രസ്ഥാനത്തിന് പ്രചാരം ലഭിച്ചുതുടങ്ങി. ഒളിമ്പിക്സ് തത്ത്വങ്ങൾ പ്രചരിപ്പിക്കാൻ തയ്യാറായി പല പത്രങ്ങളും മുന്നോട്ടുവന്നു.പാരീസിൽ ഒളിമ്പിക്സിനുള്ള തയ്യാറെടുപ്പ് നടക്കുമ്പോൾ ഫ്രഞ്ച് ഗവൺമെന്റ് ഇത് കൈയ്യടക്കുകയും കളികൾ ചുക്കോ ചുണ്ണാമ്പോ എന്നറിയാത്ത രാഷ്ട്രീയക്കാരെയും ബ്യൂറോക്രാറ്റുകളെയും കുത്തിനിറച്ച് കമ്മിറ്റികൾക്ക് രൂപം നൽകുകയും ചെയ്തു. അതുകൊണ്ടുതന്നെ ക്യുബർതിന്റെ നാട്ടിലായിട്ടും ബ്യൂറോക്രാറ്റുകൾ കൈയ്യടക്കിയ രണ്ടാമത്തെ ഒളിമ്പിക്സ് തികഞ്ഞ പരാജയമായിരുന്നു.

അഞ്ചുമാസം നീണ്ടുനിന്ന ഒളിമ്പിക്സ് മത്സരങ്ങൾ ഫ്രഞ്ചുകാർ സംഘടിപ്പിച്ചുവെന്നു കേട്ടാൽ ഇന്നത് അവിശ്വസനീയമായി തോന്നാം. പ്രശസ്തമായ യൂണിവേഴ്സൽ പാരീസ് എക്സ്പോ എന്ന വ്യാപാരമേളയുമായി ബന്ധപ്പെട്ടാണ് ഈ ഗെയിംസ് നടത്തിയത്.

പാരീസിലെ ബോയ് ദ ബോളോണിൽ 1900 മേയ് 14 മുതൽ ഒക്ടോബർ 28 വരെ നടന്നതുപോലെ ഇത്രയേറെ യാതനനിറഞ്ഞ ഒരു ഒളിമ്പിക്സ് ഇതുവരെയുണ്ടായിട്ടില്ല. 24 രാജ്യങ്ങളിൽ നിന്നായി 997 കായികതാരങ്ങൾ ഈഫൽ ഗോപുരത്തിന്റെയും പരിഷ്കാരത്തിന്റെയും വേദിയായ പാരീസിൽ എത്തിയിരുന്നു. ചരിത്രത്തിലാദ്യമായി വനിതകൾക്കായി ഒളിമ്പിക്സ് വേദി തുറന്നുകൊടുത്ത പാരീസിൽ 22 അബലകൾ പോരിനിറങ്ങി.

1897-ൽ അന്താരാഷ്ട്ര ഒളിമ്പിക് കമ്മിറ്റിയുടെ അംഗീകാരം

നിന്നുകൊണ്ടുള്ള ചാട്ടമത്സരത്തിൽ സ്വർണം നേടിയ റേ എവ്റി

സിദ്ധിച്ച, സിറ്റിയൂസ്, ഓൾട്ടിയൂസ്, ഫോർട്ടിയൂസ് (കൂടുതൽ വേഗം, കൂടുതൽ ഉയരം, കൂടുതൽ ശക്തി) എന്ന കരുത്തിന്റെ ശക്തമായ മുദ്രാവാക്യം ഉയർത്തിക്കൊണ്ടായിരുന്നു പാരീസ് രണ്ടാം ഒളിമ്പിക്സിനെ വരവേറ്റത്. ആഥൻസിലെ പ്രഥമ ഒളിമ്പിക്സിലെന്നപോലെ ഒന്നാംസ്ഥാനക്കാരന് വെള്ളിയും രണ്ടാംസ്ഥാനക്കാരന് ഓടും ആണ് ഇവിടെയും നൽകിയത്. മൂന്നാം സ്ഥാനക്കാരന് സമ്മാനമൊന്നുമുണ്ടായിരുന്നില്ല. എന്നാൽ മൂന്ന് വിജയികൾക്കും വിഖ്യാതമായ ഒലിവിലകിരീടം ലഭിച്ചിരുന്നു.

18 സ്പോർട്സ് ഇനങ്ങളിലായി 95 മത്സരങ്ങളാണ് നടത്തിയത്. ക്രിക്കറ്റ്, പ്രാവിനെ വെടിവച്ചുവീഴ്ത്തൽ, തടസ്സങ്ങൾക്കിടയിലൂടെയുള്ള നീന്തൽ തുടങ്ങിയ കായിക ഇനങ്ങൾ ആദ്യമായും അവസാനമായും അരങ്ങേറിയത് പാരീസിലാണ്. ഫുട്ബോൾ മത്സരങ്ങൾക്കും തുടക്കം കുറിച്ചു. മൂന്ന് വ്യക്തികൾ ഉജ്ജ്വലപ്രകടനങ്ങളുമായി ഈ മേളയിൽ തിളങ്ങി. ഒരു ഒളിമ്പിക്സ് സ്വർണ്ണമെഡൽ നേടുന്ന ആദ്യത്തെ വനിതയായി മാറിയ ബ്രിട്ടന്റെ ചാർലോട്ടി ക്രൂപ്പർ ടെന്നീസിൽ നേടിയ വിജയം അവിസ്മരണീയമായിരുന്നു. ലോങ്ജമ്പിലും അറുപത് മീറ്റർ ഓട്ടത്തിലും നൂറ്റിപ്പത്ത്, ഇരുന്നൂറ്മീറ്റർ ഹർഡിൽസിലും വിജയിച്ച അൽവിൻ ക്രെൻസിലിനും റണ്ണിങ് ലോങ്ജമ്പ്, സ്റ്റാന്റിംഗ് ഹൈജമ്പ്, ഹോപ്സ്റ്റെപ്പ് ആന്റ് ജമ്പ് (ട്രിപ്പിൾജമ്പ്) എന്നിവയിൽ ഒന്നാംസ്ഥാനത്തെത്തിയ റേഎവ്റിയും അമേരിക്കൻ ഐക്യനാടുകളുടെ അത്‌ലറ്റിക്സിലെ അജയ്യത വിളിച്ചറിയിച്ചു. തുടർന്നുള്ള രണ്ട് ഒളിമ്പിക്സിലും ഇതേ പ്രകടനം ആവർത്തിച്ചുകൊണ്ട് എവ്റി അഞ്ച് മെഡലുകൾ കൂടി മുതൽകൂട്ടാക്കി.

പാരീസിലെ 23 അത്‌ലറ്റിക് ചാമ്പ്യൻ പട്ടങ്ങളിൽ പതിനേഴും അമേരിക്കയിലേക്കാണ് പോയത്. നൂറുമീറ്റർ 10.8 സെക്കന്റിൽ പൂർത്തിയാക്കിയ ഫ്രാങ്ക് ജാർവിസ് ആ ദൂരം പതിനൊന്നു സെക്കന്റിൽ താഴെ ഓടിയെത്തുന്ന ആദ്യ വ്യക്തിയായി.

മാരത്തോണിൽ ഫ്രാൻസിന്റെതന്നെ മിഷേൽ തീറ്റോ വിജയിച്ചു. പക്ഷേ, പാരീസിന്റെ മുക്കും മൂലയും നല്ല നിശ്ചയമുണ്ടായിരുന്ന തീറ്റോ ഏതോ കുറുക്കുവഴിയിൽ കൂടികയറിയാണ് ഒന്നാമതെത്തിയതെന്ന പരാതിവന്നു. താനാണ് ആദ്യമത്സരം അവസാനിപ്പിച്ചതെന്ന് അമേരിക്കയുടെ ആർതർ ന്യൂട്ടന് അങ്ങേയറ്റത്തെ വിശ്വാസമായിരുന്നു. നിയമയുദ്ധത്തിന്റെ കുരുക്കിൽപ്പെട്ട് മാരത്തോൺ വിജയിയെ പ്രഖ്യാപിക്കുന്ന തീരുമാനം നീണ്ടുപോയി. തർക്കമൊക്കെ കഴിഞ്ഞ് തീറ്റോയെ ചാമ്പ്യനായി അവരോധിക്കുമ്പോൾ വ്യാഴവട്ടം പിന്നിട്ടിരുന്നു.

സംഘാടകർ കായികതാരങ്ങളെ വട്ടംകറക്കിയ വികൃതിത്തരം കൊണ്ട് പാരീസ് ഒളിമ്പിക്സ് പ്രത്യേകം ശ്രദ്ധിക്കപ്പെട്ടു. ഏറുകാർക്ക് മരങ്ങൾ നിരനിരയായി നിന്നിരുന്ന ഒന്നാന്തരം ഒരു അവന്യൂ ആയിരുന്നു ഫീൽഡായി സജ്ജീകരിച്ചത്. ഡിസ്കസിൽ ആഥൻസിലെ വിജയി റോബർട്ട് ഗാരറ്റിന്റെ ഏറുകളൊക്കെ ഈ മരങ്ങളിൽ തട്ടിതിരിച്ചുവന്നു. വിജയം ഉറപ്പിച്ചുവന്ന ഗാരറ്റ് വിധിയെ പഴിച്ച് രംഗംവിട്ടു. ഹാമർ ഏറുകാരുടെ സ്ഥിതി ഇതിലും കഷ്ടമായിരുന്നു. ഏറുകളൊക്കെ മരങ്ങളിൽ കുരുങ്ങിക്കിടന്നതുകാരണം മൂന്നിരട്ടിയിലധികം സമയം വേണ്ടിവന്നു മത്സരങ്ങൾ പൂർത്തിയാക്കാൻ. പോരാത്തതിന് എറിഞ്ഞിട്ടയാൾ തന്നെ മരത്തിൽ കയറി ഹാമർ തിരിച്ചെടുക്കണമെന്നും സംഘാടകർ ശഠിച്ചു.

പാരീസ് 1900

14 - 5 - 1900 – 28 - 10 - 1900

ആതിഥേയരാജ്യം	:	ഫ്രാൻസ്
രാജ്യങ്ങൾ	:	24
താരങ്ങൾ	:	997 (പുരു 995 + സ്ത്രീ 2)
ആകെ ഇനം	:	95 (18)

(ഉദ്ഘാടനം ഔപചാരികമായി നടന്നില്ല.)

പോൾവാൾട്ട് മത്സരം നടക്കേണ്ടിയിരുന്നത് ഞായറാഴ്ചയായിരുന്നു. അന്ന് പ്രാർത്ഥനക്കായി മാറ്റിവയ്ക്കണമെന്ന അമേരിക്കൻ ടീമിന്റെ അപേക്ഷ പരിഗണിച്ച് അങ്ങനെ ചെയ്തു. എന്നാൽ പ്രാർത്ഥനയിൽ മുഴുകിയിരുന്ന അമേരിക്കൻ താരങ്ങൾ അറിഞ്ഞത് മത്സരം പകുതിഘട്ടം കടന്നിരിക്കുന്നുവെന്നാണ്. കേട്ടപാടെ പോളുമായി സ്റ്റേഡിയത്തിലേക്ക് കുതിച്ചെത്തിയവരിൽ ഇർവിങ് ബാക്സ്റ്റർ 10 അടി 10 ഇഞ്ച് ഉയരം

മെഡൽനില

1.	ഫ്രാൻസ്	25	41	34
2.	അമേരിക്ക	20	14	14
3.	ബ്രിട്ടൻ	15	6	9
4.	മിക്സ്ഡ് ടീം	6	3	3
5.	സ്വിറ്റ്സർലന്റ്	6	2	1
6.	ബെൽജിയം	5	5	5
7.	ജർമ്മനി	4	2	2
8.	ഇറ്റലി	2	1	0
9.	ഓസ്ട്രേലിയ	2	0	3
10.	ഹംഗറി	1	3	2
17.	**ഇന്ത്യ**	**0**	**2**	**0**

താണ്ടി ഒന്നാമനായി. പങ്കെടുക്കാൻ അവസരം ലഭിക്കാത്തവരുടെ പ്രതിഷേധം കണക്കിലെടുത്ത് വീണ്ടും മത്സരം നടത്തി. അപ്പോൾ യു എസ്സിന്റെ തന്നെ ഡോൺഹോർട്ടൺ 11 അടി മൂന്നേമുക്കാൽ ഇഞ്ചോടെ ഒളിമ്പിക്സ് റെക്കോർഡ് സ്ഥാപിച്ചു. വിചിത്രമെന്നു പറയട്ടെ രണ്ടാമത്തെ മത്സരം അധികൃതർ അസാധുവായി പ്രഖ്യാപിച്ചു. ഞായറാഴ്ചത്തെ വിജയി ഇർവിങ് ബാക്സ്റ്ററെ ചാമ്പ്യനുമാക്കി. ദുഃഖമടക്കാനാവാതെ രംഗം വിട്ട ഹോർട്ടന് സമാശ്വാസമായി ഒരു കുടസമ്മാനിക്കാനും ഫ്രഞ്ച് അധികൃതർ മറന്നില്ല.

ഈ ഒളിമ്പിക്സിൽ പങ്കെടുത്ത ഡച്ച് തുഴച്ചിൽ ടീമിലെ ഒരു കുട്ടിയാണ് ഇതുവരെ ഒളിമ്പിക്സ് സ്വർണ്ണം നേടിയതിൽ ഏറ്റവും പ്രായം കുറഞ്ഞ താരം. വയസ്സ് 7നും 10നും ഇടയിലെന്നു കരുതുന്ന ആ 'ഒളിമ്പ്യൻ ബേബി' പേരുവെളിപ്പെടുത്താത്ത ആളാണെന്ന് രേഖകളിൽ കാണുന്നു.

പാരീസ് ഒളിമ്പിക്സിൽ പങ്കെടുത്ത ബ്രിട്ടീഷ് സൈനികോദ്യോഗസ്ഥനായിരുന്ന നോർമൻ പ്രിച്ചാർഡ് എന്ന ആംഗ്ലോ-ഇന്ത്യനാണ് ഇന്ത്യക്ക് ആദ്യമെഡൽ നേടിക്കൊടുത്തതെന്നു കാണുന്നു. നാലിനത്തിൽ മത്സരിച്ച പ്രിച്ചാർഡ് 200 മീറ്ററിലും 200 മീറ്റർ ഹർഡിൽസിലും രണ്ടാം സ്ഥാനം നേടി. ഇദ്ദേഹത്തെ ഭാരതത്തിന്റെ പ്രതിനിധിയായി അയച്ചത് ആരാണെന്ന് രേഖകളിൽ കാണുന്നില്ല. എന്നാൽ ആ മെഡലുകൾ ഏറെനാൾ കൊൽക്കത്തയിലെ മ്യൂസിയത്തിലുണ്ടായിരുന്നതായി രേഖയുണ്ട്. പിൽക്കാലത്ത് ഇന്ത്യൻ ഫുട്ബോൾ അസോസിയേഷന്റെ (ബംഗാൾ) സെക്രട്ടറി പദത്തിലേറിയ പ്രിച്ചാഡ് അമേരിക്കയിലേക്ക് കുടിയേറുകയും വിശ്വവിഖ്യാതനടനായ റൊണാൾഡ് കോൾമാനൊപ്പം നിരവധി നിശ്ശബ്ദ ചിത്രങ്ങളിൽ അഭിനയിക്കുകയും ചെയ്തു.

ക്രിക്കറ്റ് ഒരേയൊരിക്കൽ മത്സരയിനമായത് ഈ ഒളിമ്പിക്സിലാണ്. രണ്ട് ടീമുകളേ മത്സരത്തിനുണ്ടായിരുന്നുള്ളൂ – ബ്രിട്ടനും ഫ്രാൻസും. ഫ്രാൻസിനെ തോൽപ്പിച്ച് ബ്രിട്ടൻ ജേതാക്കളാവുകയും ചെയ്തു. സ്കോർ: ബ്രിട്ടൻ– 262, ഫ്രാൻസ്– 104.

ഈഫൽ ഗോപുരം പോലുള്ള ലോകാത്ഭുതങ്ങൾ നിരത്തിയ പാരീസ് ഇന്റർനാഷണൽ പ്രദർശനത്തിനിടയിൽ രണ്ടാം ഒളിമ്പിക്സ് എന്നത് ഒരു പ്രഹസനമായി മാറി. ക്യൂബർതിൻ പ്രഭുവിന്റെ മിത്രങ്ങൾ ഈ മേളയെ അട്ടിമറിക്കാൻ ആവുംവിധമൊക്കെ ശ്രമിച്ചിരുന്നു. ഇതുകാരണം ഫ്രഞ്ച് അത്‌ലറ്റിക് അസോസിയേഷന്റെ ആജീവനാന്ത അധ്യക്ഷസ്ഥാനം അദ്ദേഹത്തിന് വലിച്ചെറിയേണ്ടിവന്നു. എന്നിട്ടും ക്യൂബർതിന് മത്സരങ്ങൾ പൂർത്തിയാക്കാനായി. ഏകദേശം അൻപത് ദശലക്ഷം ആളുകൾ എക്സിബിഷൻ കണ്ടതായി പറയുമ്പോൾ ഒളിമ്പിക് വേദിയിൽ കണ്ട ഏറ്റവും വലിയ ജനക്കൂട്ടം രണ്ടായിരത്തിന് താഴെയായിരുന്നു.

5

അമേരിക്ക നിറഞ്ഞാടി

ആയിരത്തി തൊള്ളായിരത്തി നാലിൽ അമേരിക്കയിലെ സെന്റ് ലൂയിസിലുള്ള ലൂസിയാനയിലാണ് മൂന്നാം ഒളിമ്പിക്സ് നടന്നത്. ലോക വ്യാവസായിക പ്രദർശനങ്ങളുടെ ഭാഗമായാണ് ഇത്തവണയും മത്സരങ്ങൾ അരങ്ങേറിയത്. ഏതാണ്ട് അഞ്ചുമാസക്കാലത്തെ ദൈർഘ്യം ഈ മേളയ്ക്കുമുണ്ടായിരുന്നു. എന്നാൽ പന്ത്രണ്ട് രാജ്യങ്ങളിൽനിന്ന് എട്ടു വനിതകളടക്കം 617 കായികതാരങ്ങളേ സെന്റ് ലൂയിസിൽ എത്തിയുള്ളൂ. കാണികളുടെ പങ്കും നാമമാത്രമായിരുന്നു. അമേരിക്ക 525 കായികതാരങ്ങളെ അണിനിരത്തിയപ്പോൾ 41 പേരുമായി കാനഡ രണ്ടാംസ്ഥാനത്തു നിന്നു. ശേഷിക്കുന്ന 51 പേർ മറ്റ് പത്ത് രാജ്യങ്ങളെ പ്രതിനിധീകരിച്ചു. ഈ ഒളിമ്പിക്സിനെ അമേരിക്കൻ ഗെയിംസ് എന്നു വിളിക്കുന്നതാവും നല്ലത്. 17 ഇനങ്ങളിലെ 91 മത്സരങ്ങളിൽ ജേതാക്കൾക്കു നൽകിയ 100 സ്വർണ്ണമെഡലുകളിൽ 80-ഉം അമേരിക്കക്കാർ നേടി. ഒളിമ്പിക്സ് ചരിത്രത്തിലാദ്യമായി സ്വർണ്ണം, വെള്ളി, ഓട് മെഡലുകൾ സമ്മാനിച്ചതും ഇവിടെയാണ്.

ഗെയിംസ് ലോകമേളയുടെ ഭാഗമായി നടത്തിയതിനാൽ കാണികളെ രസിപ്പിക്കാൻ ഒട്ടേറെ ഇനങ്ങൾ ഒരുക്കേണ്ടിവന്നു. പിഗ്മികളുടെ ഭാരോദ്വഹനം, വനിതകളുടെ ബോക്സിങ്, റെഡ്ഇന്ത്യക്കാരും നീഗ്രോകളും മറ്റും ചേർന്നു നടത്തിയ മറ്റുചില അഭ്യാസങ്ങൾ ഇതൊക്കെ മേളയിലുണ്ടായിരുന്നു. ഭാഗ്യവശാൽ ഈ ഇനങ്ങളിലെ വിജയികളെയൊന്നും ഒളിമ്പിക് രേഖകളിൽ ചേർക്കേണ്ടി വന്നില്ല. സെന്റ് ലൂയിസിൽ എന്തായിരിക്കും സംഭവിക്കുക എന്ന് ആധുനിക ഒളിമ്പിക്സിന്റെ പിതാവായ

സെന്റ് ലൂയിസ് ഗെയിംസിൽ ഒറ്റക്കൈ കൊണ്ടുള്ള ഭാരമുയർത്തലിൽ അമേരിക്കയുടെ ഫ്രെഡറിക് വിന്റേഴ്സ് ജേതാവുകുന്നു.

ക്യുബർതിന് നല്ല നിശ്ച യമുണ്ടായിരുന്നു. അതി നാലാവണം ഒളിമ്പി ക്സിനുവേണ്ടി അറ്റ്ലാ ന്റിക് കടക്കേണ്ടെന്ന് അദ്ദേഹം തീരുമാനി ച്ചത്.

വാഷിങ്ടൺ യൂ ണിവേഴ്സിറ്റി സ്പോ ർട്സ് ആന്റ് റിക്രിയേ ഷൻ സെന്ററിൽ നടന്ന അത്ലറ്റിക് മത്സരങ്ങ ളാണ് എല്ലാ ശ്രദ്ധയും പിടിച്ചുപറ്റിയത്. അർചീ ഹാൻ എന്ന ആദ്യത്തെ മഹാനായ ഒളിമ്പിക് സ്പ്രിന്ററുടെ മിന്നലോട്ട ത്തിന് വേദിയായത് ഇവിടത്തെ എട്ടുലൈൻ ട്രാക്കായിരുന്നു. അന്ന് അറുപത്, നൂറ്, ഇരു ന്നൂറ് മീറ്ററുകളിൽ ഒന്നാമതെത്തിയ അർചിഹാ നാണ് ഒരു ഒളിമ്പി ക്സിൽ മൂന്ന് സ്പ്രിന്റ് കിരീടം നേടിയ ഒരേ യൊരു ഓട്ടക്കാരൻ. അമേരിക്കയുടെ തന്നെ ജെയിംസ് ഡേവിസ് ലൈറ്റ്ബോഡി 800 മീറ്റർ, 1500 മീറ്റർ, 2590 മീറ്റർ സ്റ്റീപ്പിൾ ചെയ്സ് എന്നിവയിൽ റെക്കോർഡോടെ ട്രിപ്പിളണിഞ്ഞു. റാൽഫ് റോസ് എന്ന മറ്റൊരു അമേരിക്കക്കാരൻ ഷോട്ട്പുട്ടിൽ സ്വർണ്ണം നേടിക്കൊണ്ട് തുടർന്നുള്ള ഒളിമ്പിക്സുകളിലും താൻ അജയ്യനായിരിക്കുമെന്ന് പ്രഖ്യാപിച്ചു. 'മുടന്തനായ രാക്ഷസൻ' എന്നറിയപ്പെടുന്ന റേ എവ്റി വീണ്ടും മൂന്ന് വിജയം നേടി.

മൂന്നാം ഒളിമ്പിക്സിൽ മത്സരങ്ങളുടെ നടത്തിപ്പിലും വിധിപ്രഖ്യാപനത്തിലും അപാകതകൾ കടന്നുകൂടി. പതിവുപോലെ വിവാദത്തിന് തിരികൊളുത്തിയത് മാരത്തോൺ മത്സരമായിരുന്നു. തുടക്കത്തിൽ മുന്നിലായിരുന്ന അമേരിക്കയുടെ ഫ്രെഡ്ലോഴ്സ് തന്നെ ഒന്നാമതെത്തുകയും ചെയ്തു. കാണികൾ ഹർഷാരവം മുഴക്കി ലോഴ്സിനെ അഭിനന്ദിച്ചു. എന്നാൽ, തൊട്ടുപുറകെ ഞെട്ടിച്ച ആ വാർത്ത എത്തി. ഓട്ടത്തിനിട

യിൽ ലോഴ്സിന് പേശിവലിവുണ്ടായി. അനുധാവനം ചെയ്ത ട്രക്കിൽ കയറിയിരുന്ന് പ്രഥമശുശ്രൂഷ ചെയ്തു. വേദനശമിച്ചു. ഫിനിഷിങ് പോയിന്റിന് സമീപമെത്തിയപ്പോൾ ലോഴ്സിന് ഇറങ്ങിയോടിയാലോ എന്ന ചിന്ത ഉദിച്ചു. വാഹനത്തിൽനിന്നു പുറത്തുചാടി മറ്റുള്ളവരുടെ കണ്ണ് വെട്ടിച്ച് പിന്നെ ഒറ്റകുതിപ്പായിരുന്നു. വിജയകിരീടവുമായി വിശിഷ്ടാതിഥിയെത്തി. കള്ളിവെളിച്ചത്തായതോടെ ലോഴ്സിനെ ആജീവനാന്തം പുറത്തുനിർത്താനുള്ള രേഖയിൽ ഒപ്പുവച്ചുകൊണ്ടാണ് വിശിഷ്ടാതിഥിയായി വന്ന ഒളിമ്പിക് അസോസിയേഷൻ പ്രതിനിധി വേദിയിൽനിന്നു മടങ്ങിയത്. മൃതപ്രായനായി സ്പർശരേഖകടന്ന അമേരിക്കയുടെ തന്നെ തോമസ് ഹിക്സിനായിരുന്നു ഒന്നാം സ്ഥാനം ലഭിച്ചത്. മത്സരത്തിനിടയിൽ ഹിക്സ് പലപ്രാവശ്യം തളർന്നു വീഴുകയുണ്ടായി. പരസഹായത്തോടെയാണദ്ദേഹം മത്സരം പൂർത്തിയാക്കിയത്. ദിവസങ്ങളോളം മരണവുമായി മല്ലടിച്ച് ആശുപത്രിയിൽ കിടക്കേണ്ടിവന്ന ഹിക്സ് മടങ്ങിയെത്തും വരെ മാരത്തോണിലെ മെഡൽദാനം മാറ്റിവയ്ക്കുകയുണ്ടായി. അന്നത്തെ കയ്പ്പേറിയ അനുഭവവുമായി ഹിക്സ് എന്നേക്കുമായി മത്സരവേദിയോടു വിടപറഞ്ഞു. ഉത്തേജകഔഷധം കഴിച്ചതായി ഹിക്സിനെതിരെ പരാതിയും ഉയർന്നിരുന്നു.

400 മീറ്റർ ഹർഡിൽസിൽ ലോകറെക്കോർഡ് അനായാസം തകർത്തിട്ടും അമേരിക്കയുടെ ഹാരിഹിൽമാന് റെക്കോർഡ്ബുക്കിൽ സ്ഥാനം പിടിക്കാനായില്ല. മൂന്നടി ഉയരം വേണ്ടിയിരുന്ന ഹർഡിലുകൾക്ക് രണ്ടര അടിയേ ഉണ്ടായിരുന്നുള്ളൂ. ഹിൽമാൻ റെക്കോർഡ് സ്ഥാപിച്ചതിനു ശേഷം സംശയമുദിച്ചപ്പോഴാണ് അധികൃതർ ഹർഡിലിന്റെ ഉയരം അളന്നുതിട്ടപ്പെടുത്തിയത്. ആറ് ഇഞ്ച് കുറവായിരുന്നു. 400 മീറ്റർ ഫൈനലിന് 13 തവണ സ്റ്റാർട്ടർക്ക് വെടിയൊച്ച മുഴക്കേണ്ടിവന്നു. മത്സരിച്ച എട്ടുപേരും പലപ്പോഴായി 12 ഫൗൾ സ്റ്റാർട്ടുകൾക്ക് വിധേയരായി. ഒടുവിൽ 400 മീറ്റർ ഹർഡിൽസിലെ ചാമ്പ്യൻ ഹാരിഹിൽമാൻ 49.2 സെക്കന്റിൽ ഒന്നാമതെത്തി. മൂന്നാം സ്ഥാനം നേടിയത് ജോർജ് പോങ് എന്ന കറുത്തനിറക്കാരനായിരുന്നു. അന്തർദേശീയ കായികവേദിയിൽ ഒരു നീഗ്രോ യുവാവിന്റെ ആദ്യനേട്ടമായിരുന്നു അത്.

സൈക്കിളിങ് മത്സരങ്ങൾക്കായി അധികൃതർ അന്നത്തെ മികച്ച പ്രൊഫഷണൽ താരങ്ങളെ ക്ഷണിച്ചുവരുത്തി. എന്നാൽ ഒളിമ്പിക്സ് വേദി അമേച്ചറുകൾക്ക് മാത്രമുള്ളതാണെന്ന് അവർ മനസ്സിലാക്കിയത് മത്സരത്തിനു തൊട്ടുമുമ്പായിരുന്നു. രോഷാകുലരായ പ്രൊഫഷണലുകൾ സംഘാടകരെ ശരിക്കും കൈകാര്യം ചെയ്തു. ഒടുവിൽ അവരുടെ കൈയും കാലും പിടിച്ച് മാപ്പപേക്ഷിച്ച് മുഖം രക്ഷിച്ചു.

പുരാതന ഒളിമ്പിക്സിലെ മുഖ്യാകർഷണമായ മുഷ്ടിയുദ്ധം (Boxing) സെന്റ്ലൂയിസിലൂടെ ആധുനിക ഒളിമ്പിക്സിന്റെ കലണ്ടറിൽ സ്ഥാനം പിടിച്ചപ്പോൾ അമേരിക്കക്കാർ മാത്രമേ മത്സരിച്ചുള്ളൂ.അതേസമയം വാൾപ്പയറ്റിൽ അമേരിക്കക്കാരെ തടഞ്ഞുനിർത്തിയ ക്യൂബ അഞ്ചു

1904ലെ സെന്റ് ലൂയിസ് ഒളിമ്പ്ക്സിൽ മാരത്തോൺ ഓട്ടക്കാരുടെ മുൻനിര

സ്വർണ്ണവുമായി മെഡൽ പട്ടികയിൽ മൂന്നാംസ്ഥാനത്ത് നിലയുറപ്പിച്ചു. ഒരു പരിധിയോളം നീന്തലിൽ അമേരിക്കയുടെ മേധാവിത്വത്തിന് തട യിടാൻ ഹംഗറിക്കും ജർമ്മനിക്കുമായി. ഒളിമ്പിക്സിൽ ആദ്യമായും അവ സാനമായും ഗോൾഫ് മത്സരങ്ങൾ അരങ്ങേറിയതും സെന്റ്ലൂയിസിലാ യിരുന്നു. അമേരിക്കയുടെ അമേച്ചർതാരം ജോർജ് ലിയോണും അവി ടത്തെ ഇന്ത്യൻക്ലബ്ബ് അംഗം എഡ്വേർഡ് ഫെനിങ്ങും ജേതാക്കളായി.

സെന്റ്ലൂയിസ് 1904

1-7-1904 - 23-11-1904

ആതിഥേയരാജ്യം	:	അമേരിക്ക
രാജ്യങ്ങൾ	:	12
താരങ്ങൾ	:	617 (പുരു 609+ സ്ത്രീ 8)
ആകെ ഇനങ്ങൾ	:	91 (17)
ഉദ്ഘാടനം	:	ഡേവിസ് ഫ്രാൻസിസ്

(ലൂസിയാന പർച്ചേസ് എക്സ്പൊസിഷൻ പ്രസിഡന്റ്)

1906 ആഥൻസ് : അനൗദ്യോഗിക ഒളിമ്പിക്സ്

അമേരിക്കൻ ദേശീയമേളയെക്കാൾ തരംതാണ മൂന്നാമത് ഒളിമ്പിക് ഗെയിംസിന് സെന്റ് ലൂയിസിൽ കൊടിയിറങ്ങി രണ്ട് വർഷത്തിനകം ആഥൻസിൽ അനൗദ്യോഗിക ഒളിമ്പിക്സ് (1906 ഏപ്രിൽ മുതൽ മേയ് വരെ) കൊണ്ടാടി. സെന്റ്ലൂയിസ് മേളയ്ക്കേറ്റ മങ്ങൽ ഒരു പരിധിവരെ ഇല്ലാതാക്കാൻ ഗ്രീക്കുകാരുടെ ഈ സംരംഭത്തിന് കഴിഞ്ഞു. ഒളിമ്പിക്സിന്റെ സ്ഥിരം വേദി ആഥൻസ് ആവണമെന്ന് ഗ്രീക്കുകാർ ആവശ്യപ്പെട്ടു. അതിരുകളില്ലാത്ത ലോകത്തിന്റെ പ്രയോക്താവായ ക്യൂബർതിന് അത് അംഗീകരിക്കാനായില്ല. വിവിധ രാജ്യങ്ങളിൽ ഒളിമ്പിക്സ് നടന്നാൽ മാത്രമേ അതിന്റെ ബൃഹത്തായ സന്ദേശം സാക്ഷാത്കരിക്കാനാവൂ എന്ന് അദ്ദേഹം വാദിച്ചു. അത് അങ്ങനെ തന്നെ ആയിത്തീരുകയും ചെയ്തു.

അസ്സലിനെ വെല്ലുന്ന സംഘടനാ പാടവവുമായി 1906 ഏപ്രിൽ 22 മുതൽ മേയ് രണ്ടുവരെ ആഥൻസിൽ നടന്ന വ്യാജ ഒളിമ്പിക്സിൽ 13 സ്പോർട്സ് ഇനങ്ങളിലായി 78 മത്സരമുണ്ടായിരുന്നു. 20 രാജ്യങ്ങളിൽ നിന്നായി ഏഴ് വനിതകളടക്കം 884 കായികതാരങ്ങൾ പങ്കെടുത്തു.

ഗ്രീസിന്റെ ഇതിഹാസതാരവും ആദ്യ ഒളിമ്പിക്സിലെ മാരത്തോൺ ജേതാവുമായ സ്പിരിഡൻ ലൂയിസിനെ പരാജയപ്പെടുത്തി കാനഡയുടെ വില്യം ഷേർറിങ് കിരീടമണിഞ്ഞത് ഗ്രിഗോറിയസ് രാജകുമാരനെ പോലും നിരാശയിലാഴ്ത്തി. അത്‌ലറ്റിക്സിൽ അമേരിക്കയും ഫുട്ബോളിൽ ഡെൻമാർക്കുമാണ് മേധാവിത്വം നേടിയത്.

മെഡൽനില

1.	അമേരിക്ക	80	86	72
2.	ജർമ്മനി	5	4	6
3.	ക്യൂബ	5	3	3
4.	കാനഡ	4	1	1
5.	ഹംഗറി	2	1	1
6.	ഓസ്ട്രിയ	1	1	1
7.	ഗ്രീസ്	1	0	1
8.	സ്വിറ്റ്സർലന്റ്	1	0	1
9.	അയർലന്റ്	1	0	0
10.	ഗ്രേറ്റ് ബ്രിട്ടൻ	0	1	1

6

'മാരത്തോൺ' ഒരു ദുരന്തകഥ, പീട്രിയും...

ആയിരത്തി തൊള്ളായിരത്തി എട്ടിലെ ലണ്ടൻ ഒളിമ്പിക്സിനും ഒരു 'മാരത്തോൺ' കഥ പറയുവാനുണ്ട്. ആദ്യമായി ഫിനിഷിങ് പോയിന്റിലേക്കെത്തിയ ജേതാവിന് മെഡൽ നഷ്ടപ്പെട്ടതിന്റെ ദുരന്തകഥ. വിൻഡ്സറിൽ നിന്നാണ് മത്സരം ആരംഭിക്കേണ്ടിയിരുന്നത്. എന്നാൽ രാജകുടുംബാംഗങ്ങളുടെ അഭ്യർത്ഥന പ്രകാരം തുടക്കം വിൻഡ്സർ കാസിലിൽ നിന്നാക്കി. കാസിലിൽ നിന്ന് വെറ്റ്സിറ്റി സ്റ്റേഡിയത്തിലേക്കുള്ള ദൂരം 42 കിലോമീറ്റർ 260 മീറ്ററായിരുന്നു. ഒളിമ്പിക് മാരത്തോൺ ദൂരത്തേക്കാൾ 65 മീറ്റർ കൂടുതൽ.

പതിനാറു രാജ്യങ്ങളിൽ നിന്നായി 56 ഓട്ടക്കാർ മാരത്തോണിൽ പങ്കെടുത്തു. ഇരുവശത്തും കായികപ്രേമികൾ തിങ്ങിനിറഞ്ഞ തെരുവിലൂടെ നിർദ്ദിഷ്ടദൂരം ഓടിത്തീർത്തത് 27 പേർമാത്രമായിരുന്നു. കഴിഞ്ഞ മൂന്ന് ഒളിമ്പിക്സിലും നാട്ടുകാർതന്നെ ഈയിനത്തിൽ വിജയിച്ചുവെന്നത് ബ്രിട്ടീഷ് അത്‌ലറ്റുകൾക്ക് കൂടുതൽ സമ്മർദ്ദമുണ്ടാക്കി. എന്നാൽ പാതിവഴിയിൽ തന്നെ അവരുടെ വെല്ലുവിളി അവസാനിച്ചിരുന്നു.

ജൂലൈയിലെ ചുട്ടുപൊള്ളുന്ന ഒരു ദിവസമായിരുന്നു മത്സരം. ദക്ഷിണാഫ്രിക്കയുടെ ചാൾസ് ഹെഫേഴ്സനാണ് തുടക്കം മുതൽ ലീഡുചെയ്തിരുന്നത്. 35 കിലോമീറ്റർ ദൂരം ലീഡ് നിലനിർത്തിയ ഹെഫേഴ്സനെ ഇറ്റലിയുടെ ഡൊറാൻഡൊ പീട്രി കടത്തിവെട്ടി. അമേരിക്കയുടെ ജോണി ഹെയ്സും ഹെഫേഴ്സനെ മറികടന്നു. ആവേശം ആർത്തിരമ്പുന്ന സ്റ്റേഡിയത്തിലേക്ക് ആദ്യം കാൽകുത്തിയത് പീട്രിതന്നെയായിരുന്നു. ഇനി 385 വാരമാത്രം. പക്ഷേ, സ്റ്റേഡിയത്തിൽ ഇടത്തേക്ക് തിരിയേണ്ട

1908ലെ ലണ്ടൻ ഒളിമ്പിക്സിൽ വിജയികൾക്ക് നൽകിയ ഡിപ്ലോമ

തിനുപകരം വലത്തേക്കാണ് പീട്രി തിരിഞ്ഞത്. ഒരുതരം അർദ്ധബോധാവസ്ഥയിലായിരുന്നു അയാൾ. ഒഫീഷ്യൽസ് അയാളെ നേർവഴിക്കാക്കി. ഫിനിഷിങ് പോയിന്റിൽ നിന്ന് 70 മീറ്റർ മാത്രം അകലെ വച്ച് പീട്രി തളർന്നു വീണു. അമ്പരന്നുപോയ കാണികൾ ഉറക്കെ അലറിവിളിച്ചു.

ഡോക്ടർമാരും ഒഫീഷ്യൽസും ട്രാക്കിൽ ചലനരഹിതനായി കിടന്ന പീട്രിയുടെ അടുത്തേക്ക് പാഞ്ഞു. ഒരുവിധം തപ്പിപ്പിടഞ്ഞെഴുന്നേറ്റ് അൽപ്പം കൂടി ഓടി. പീട്രി വീണ്ടും കുഴഞ്ഞുപോയി. ഈ പ്രക്രിയ തുടരുമ്പോൾ ജോണി ഹെയ്സ് സ്റ്റേഡിയത്തിൽ പ്രവേശിച്ചുകഴിഞ്ഞിരുന്നു.

ഒരുനിമിഷം! ആവേശംകൊണ്ട് സ്വയം മറന്ന ചില ഒഫിഷ്യൽസ് തളർന്നുവീണ പീട്രിയെ താങ്ങിയെടുത്ത് ഫിനിഷിങ് ലൈനിലേക്ക് കൂട്ടിക്കൊണ്ടുപോയി. പീട്രിയെ അവർ വിജയിയായി പ്രഖ്യാപിക്കുകയും ചെയ്തു. 34 നിമിഷങ്ങൾക്കകം ഹെയ്സും ലൈൻ കടന്നു. പരസഹായത്തോടെയാണ് പീട്രി മത്സരം പൂർത്തിയാക്കിയതെന്ന് അമേരിക്കക്കാർ പരാതിപ്പെട്ടു. മറ്റുള്ളവർ ‘ചുമന്നു വിജയിപ്പിച്ച ’ പീട്രിക്ക് അധികൃതർ അംഗീകാരം നൽകാൻ തയ്യാറായില്ല. ഹെയ്സിന് സ്വർണ്ണവും ഹൈഫേഴ്സിന് വെള്ളിയും നൽകിയതായി പ്രഖ്യാപിക്കപ്പെട്ടു. കുഴഞ്ഞുപോയ പീട്രി സ്വയം എഴുന്നേറ്റ് മത്സരം അവസാനിപ്പിച്ചിരുന്നുവെങ്കിൽക്കൂടി സ്വർണ്ണം ഉറപ്പായിരുന്നു. അത്രയ്ക്ക് മുന്നിലായിരുന്നു ആ ഇറ്റലിക്കാരൻ. അങ്ങനെ പെൻസിൽ വേഹിയൻ ആർച്ച് ബിഷപ്പിന്റെ വിജയിക്കലല്ല, പങ്കെടുക്കലാണ് പ്രധാനം എന്ന പുത്തൻ പ്രമാണത്തിന്റെ സത്ത ആദ്യമായി ഉൾക്കൊണ്ട കായികപ്രതിഭ എന്ന അംഗീകാരം പീട്രിക്കു ലഭിച്ചു. പീട്രിയുടെ കഴിവിനുള്ള അംഗീകാരമെന്ന നിലയിൽ ബ്രിട്ടീഷ് രാജ്ഞി തനിത്തങ്കത്തിൽ തീർത്ത മനോഹരമായ ഒരുവലിയ കപ്പ് അവിടെവച്ചുതന്നെ അദ്ദേഹത്തിന് സമ്മാനിക്കുകയുണ്ടായി.

ലണ്ടനിലെ നാലാം ഒളിമ്പിക്സിന്റെ വിജയത്തിനായി പെൻസിൽ വേനിയൻ ആർച്ച് ബിഷപ്പ് ഒരു പ്രത്യേക പ്രാർത്ഥന നടത്തുകയുണ്ടാ

യി. അതിനുശേഷം മത്സരിക്കാനെത്തിയവരെ അഭിമുഖീകരിച്ച് അദ്ദേഹം പറഞ്ഞ വാക്കുകളാണ്, 'മത്സരത്തിൽ വിജയിക്കുന്നതിലല്ല, മറിച്ച് ഉത്സാഹപൂർവ്വമുള്ള പങ്കെടുക്കലിലാണ് മഹത്വമെന്ന്.' നേടുകയെന്നതിലല്ല ഒന്നാന്തരമായി പൊരുതുകയെന്നതിലാണ് വിജയം കുടികൊള്ളുന്നതെന്ന മന്ത്രധ്വനി മനസ്സിലേക്കേറ്റുവാങ്ങിക്കൊണ്ട് കായികവേദികളിൽ ഇന്നും പോരാട്ടം തുടരുന്നു.

ഗൗരവതരമായ കായികചർച്ചയ്ക്ക് തുടക്കമിട്ട ഒളിമ്പിക്സാണ് 1908 ഏപ്രിൽ 27 മുതൽ ഒക്ടോബർ 31 വരെ ലണ്ടനിൽ നടന്ന നാലാം ഗെയിംസ്. ഇവിടെവച്ചാണ് അമേച്വർ, പ്രൊഫഷണൽ വിഭാഗങ്ങളെക്കുറിച്ച് ചില സുപ്രധാന തീരുമാനങ്ങൾ കൈക്കൊണ്ടത്. ഒടുവിൽ അതതു രാജ്യങ്ങളിലെ ഒളിമ്പിക് കമ്മിറ്റികൾക്ക് അമേച്വർപദവി നിശ്ചയിക്കാനുള്ള അധികാരം നൽകി. സാർവ്വദേശീയമേളയെന്ന ഖ്യാതി ഒളിമ്പിക്സിനു നേടിക്കൊടുത്തതും ലണ്ടനിലെ ഗെയിംസായിരുന്നു.

നാലാം ഒളിമ്പിക്സ് റോമിലായിരുന്നു നടക്കേണ്ടിയിരുന്നത്. എന്നാൽ അവിടെ 1906–ൽ വെസൂവിയസ് അഗ്നിപർവതം പൊട്ടിത്തെറിച്ചതിനെതുടർന്ന് ഈ അവസരം ലണ്ടന് ലഭിച്ചു. 22 രാജ്യങ്ങളിൽ നിന്നായി 2035 കായികതാരങ്ങൾ പങ്കെടുത്തു. വനിതകൾ 36 പേർ മാത്രമായിരുന്നു. 22 കായികവിഭാഗങ്ങളിലായി 110 മത്സരങ്ങൾ നടന്നു. ഹോക്കിയും ഡൈവിങ്ങും ആദ്യമായി ഒളിമ്പിക്സിലെത്തിയത് ഇവിടെയാണ്. ഉദ്ഘാടനചടങ്ങിൽ താരങ്ങൾ മാർച്ചുചെയ്തുവരുന്ന രീതിയും ലണ്ടൻ മേള തുടക്കമിട്ടു.

ട്രാക്ക് ആന്റ് ഫീൽഡിൽ പതിമൂന്ന് റെക്കോർഡുകൾ ഉദയം കണ്ടു. ലോങ് ജമ്പിൽ അമേരിക്കയുടെ ഫ്രാൻസിസ് അയൺ (7.48 മീറ്റർ) 110 മീറ്റർ ഹർഡിൽസിൽ ഫോറസ്റ്റ്സ്മിത്ത്സൺ (15 സെക്കന്റ്) 400 മീറ്റർ ഹർഡിൽസിൽ ചാൾസ് ബേക്കൺ (55 സെക്കന്റ്) ട്രിപ്പിൾ ജമ്പിൽ ബ്രിട്ടന്റെ തിമോത്തി അർഹനെ (14.82 മീറ്റർ) എന്നിവരുടെ പ്രകടനം ഉജ്ജ്വലമായിരുന്നു. പാരീസിലും സെന്റ്ലൂയിസിലും

ലണ്ടൻ 1908

27. 4. 1908 - 31. 10. 1908

ആതിഥേയരാജ്യം	:	ബ്രിട്ടൻ
രാജ്യങ്ങൾ	:	22
താരങ്ങൾ	:	2035
		(പുരു 1199 + സ്ത്രീ 36)
ആകെ ഇനങ്ങൾ	:	110 (22)
ഉദ്ഘാടനം	:	എഡ്വേർഡ് ഏഴാമൻ രാജാവ്

ഹാമർത്രോ ജേതാവായ ജോൺ ഫ്ളാനഗൻ ഹാട്രിക് തികച്ചുകൊണ്ട് കാണികളുടെ കണ്ണിലുണ്ണിയായി. 1900–ൽ പാരീസിൽ 49.73 മീറ്റർ ദൂരം കുറിച്ച ഫ്ളാനഗൻ എട്ടുവർഷത്തിനുശേഷം ലണ്ടനിൽ 51.92 മീറ്റർ ദൂരത്തേക്ക് ഹാമർ തൊടുത്തുവിട്ടു.

സ്റ്റാന്റിങ് ഹൈജമ്പിലും സ്റ്റാന്റിങ് ലോങ് ജമ്പിലും സ്വർണ്ണം കുറിച്ച റേഎവ്റി എന്ന അത്ഭുതം തന്റെ എട്ടാമത്തെ ഒളിമ്പിക് സ്വർണ്ണമാണ് ലണ്ടനിൽ തികച്ചത്. ഒളിമ്പിക്സ് ചരിത്രത്തിൽ ആദ്യമായും അവസാനമായും ഒരാൾ ഒറ്റയ്ക്കു മത്സരിച്ച് സ്വർണ്ണം കീശയിലാക്കിയതും ലണ്ടനിലെ റണ്ണിങ് ട്രാക്കിലായിരുന്നു. സാങ്കേതികകാരണം പറഞ്ഞ് അമേരിക്കയുടെ 400 മീറ്റർ ചാമ്പ്യൻ ജെസി കാർപ്പെന്ററെ അനഭിമതനാക്കി. അതിൽ പ്രതിഷേധിച്ച് അമേരിക്കയിൽ നിന്നു യോഗ്യത നേടിയ റോബിൻസനും നീഗ്രോതാരം ടെയ്‌ലറും പിൻമാറി. ഇവർക്ക് പിന്തുണ പ്രഖ്യാപിച്ച് മറ്റ് രാജ്യങ്ങളിൽ നിന്നുള്ള ഓട്ടക്കാരും ഫൈനലിൽ നിന്ന് വിട്ടുനിന്നു. ബ്രിട്ടന്റെ ഹാൾസ്‌വെൽ മാത്രമേ സ്റ്റാർട്ടിങ് പോയിന്റിൽ റിപ്പോർട്ടുചെയ്തുള്ളൂ. സ്റ്റാർട്ടർക്ക് യാതൊരു പതർച്ചയുമുണ്ടായില്ല. അദ്ദേഹം കടമനിർവ്വഹിച്ചു. കാണികളായ ബ്രിട്ടീഷുകാരുടെ ആരവങ്ങളേറ്റുവാങ്ങിക്കൊണ്ട് ഹാൾസ്‌വെൽ സ്വർണ്ണത്തിലെത്തി.

പോൾവാൾട്ടിൽ രണ്ട് അമേരിക്കക്കാർ സ്വർണ്ണം പങ്കിട്ടു. ആൽബർട്ട് ഗിൽബർട്ടും എഡ്വേർഡ് കുക്കും 3.71 മീറ്റർ ഉയരം താണ്ടി ഒളിമ്പിക് റെക്കോർഡിന്റെയും സംയുക്താവകാശികളായി. മുളകൊണ്ടുള്ള വോൾട്ടിങ്പോൾ ഗിൽബർട്ടാണ് ആദ്യമായി ഉപയോഗിച്ചത്. ഹൈജമ്പിൽ അമേരിക്കയുടെ ഹാരിപോർട്ടർ 1.90 മീറ്ററോടെ ഒളിമ്പിക് റെക്കോർഡ് തിരുത്തിയെഴുതി. 1.88 മീറ്റർ ചാടിയ മൂന്നുപേർക്ക് വെള്ളിമെഡലുകൾ ലഭിച്ചു.

മെഡൽനില

1.	ഗ്രേറ്റ് ബ്രിട്ടൻ	56	50	39
2.	അമേരിക്ക	23	12	12
3.	സ്വീഡൻ	8	6	11
4.	ഫ്രാൻസ്	5	5	9
5.	ജർമ്മനി	3	5	5
6.	ഹംഗറി	3	4	2
7.	കാനഡ	3	3	10
8.	നോർവെ	2	3	3
9.	ഇറ്റലി	2	2	0
10.	ബെൽജിയം	1	5	2

മത്സരത്തിൽ ആദ്യന്തം തികഞ്ഞ തീവ്രതയിൽ ഓടുന്ന താരമാണ് അമേരിക്കയുടെ മെൽവിൻ ഷെപ്പേർഡ്സ്. തുടക്കത്തിലെ നേട്ടമുണ്ടാക്കി തുടർന്നും നിലനിർത്തി, അവസാനം വിജയംകൈവരിക്കുക അദ്ദേഹത്തിന്റെ രീതിയായിരുന്നു. ഷെപ്പേർഡ് ഒരു മിനിറ്റ് 52.8 സെക്കന്റിൽ 800 മീറ്റർ പിന്നിട്ടപ്പോൾ അതൊരു ലോകറെക്കോർഡായി. 1500 മീറ്ററിലും ജേതാവായി. 4 x 400 മീറ്റർ റിലേയിലും ഈ അമേരിക്കക്കാരന് സ്വർണ്ണം കിട്ടി. ഒളിമ്പിക്, ലോകറെക്കോർഡുകളേക്കാൾ മികച്ച പ്രകടനവുമായി 100 മീറ്ററിനിറങ്ങിയ കാനഡയുടെ റോബർട്ട് കെറിന് ആദ്യറൗണ്ടിൽതന്നെ തോൽവിയായിരുന്നു. എന്നാൽ എല്ലാവരെയും വിസ്മയിപ്പിച്ചുകൊണ്ട് കെർ അടുത്തദിവസം 200 മീറ്റർ നേടി. “100 മീറ്ററിലെ തോൽവി എന്നെ തളർത്തിക്കളഞ്ഞു. ദുഃഖം മറക്കാനായി ഞാൻ ക്ലബ്ബിൽപോയി വെളുക്കുവോളം മദ്യപിച്ചു. ഡാൻസുചെയ്തു. മരണത്തെക്കുറിച്ച് ചിന്തിച്ചതേയില്ല. രാവിലെ നേരെ ട്രാക്കിലിറങ്ങി അനായാസം 200 മീറ്റർ ഓടി.” കെർ തന്റെ വിജയരഹസ്യം വെളിപ്പെടുത്തിയപ്പോൾ ആരാധകർ കണ്ണുമിഴിച്ചുപോയി.

ഫ്രാൻസിൽ നിന്ന് രണ്ട് ടീമുകൾ ഉൾപ്പെടെ ആറ് കൂട്ടർ ഏറ്റുമുട്ടിയ ഫുട്ബോളിൽ ഡെൻമാർക്കിനെ 2 - 0 ന് കീഴടക്കി ബ്രിട്ടൻ സ്വർണ്ണം നേടി. സെമിയിൽ ഡെൻമാർക്ക് ഒന്നിനെതിരെ 17 ഗോളിന് ഫ്രഞ്ച് ദേശീയ ടീമിനെ തകർക്കുകയുണ്ടായി. പ്രഥമ ഒളിമ്പിക് ഹോക്കികിരീടവും ബ്രിട്ടന് തന്നെയായിരുന്നു.

ലണ്ടനിൽ ഒരു പിതാവും പുത്രിയും ഒളിമ്പിക് മെഡലുകൾക്ക് അവകാശികളായി. ബ്രിട്ടന്റെ ഡബ്ലിയു ഡോഡ് പുരുഷവിഭാഗം അമ്പെയ്ത്തിൽ സ്വർണ്ണം നേടിയപ്പോൾ മകൾ എൻ ഡോഡ് വനിതാവിഭാഗത്തിൽ രജതമുദ്ര കരസ്ഥമാക്കി.

ടെന്നീസിലും ജിംനാസ്റ്റിക്സിലുമാണ് ഇവിടെ വനിതകൾ പങ്കെടുത്തത്. വിന്റർ സ്പോർട്സ് ആദ്യമായി പരിപാടിയിലുൾപ്പെടുത്തി. അതിലും സ്ത്രീകൾ മത്സരിച്ചു. പതിവുപോലെ തർക്കങ്ങൾക്കും അഭിപ്രായവ്യത്യാസങ്ങൾക്കും ഈ വേളയും വിധേയമായി. ആരംഭ ആഘോഷവേളയിൽ മറ്റ് രാജ്യങ്ങൾക്കൊപ്പം അമേരിക്കൻ പതാക ഉണ്ടായിരുന്നില്ല. അമേരിക്കൻ പതാക കണ്ടുകിട്ടിയില്ലെന്ന ബ്രിട്ടീഷുകാരുടെ പ്രസ്താവന അവരെ കോപാകുലരാക്കി. പിന്നീട് അമേരിക്കൻ പതാകാവാഹകൻ എത്തി പരേഡിൽ പങ്കെടുത്തെങ്കിലും അതു വിവാദമായി. പതിവിനു വിപരീതമായി ഇംഗ്ലണ്ടിലെ രാജാവിന്റെയും രാജ്ഞിയുടെയും മുമ്പിലെത്തിയപ്പോൾ അമേരിക്കക്കാരൻ ആദരസൂചകമായി പതാക താഴ്ത്തിപിടിച്ചില്ല. ‘ഹാൾസ് വെൽ’ സംഭവവും അമേരിക്കയുടെ വൈരത്തിന് കളമൊരുക്കി.

7

ജിംതോർപ് എന്ന അമാനുഷികൻ

സ്വീഡനിലെ സ്റ്റോക്ക്ഹോമിൽ നടന്ന അഞ്ചാം ഒളിമ്പിക് മേളയ്ക്ക് ചില പ്രത്യേകതകളുണ്ട്. ഒളിമ്പിക്സിൽ അശ്വാഭ്യാസ മത്സരങ്ങൾക്ക് തുടക്കമിട്ടത് ഇവിടെയായിരുന്നു. നീന്തൽ മത്സരങ്ങളിൽ ആദ്യമായി വനിതകളെ പങ്കെടുപ്പിച്ചതും ഈ മേളയിൽതന്നെ. മാതൃകാപരമായ മത്സരങ്ങൾ എന്ന് പിൽക്കാലത്ത് വിശേഷിപ്പിക്കപ്പെട്ട 'ഒളിമ്പിക്സ്' സംഘടിപ്പിക്കുവാനുള്ള സൗഭാഗ്യമുണ്ടായത് സമാധാനത്തിന്റെ സന്ദേശവാഹകരായ സ്വീഡൻകാർക്കായിരുന്നു. 1912 മേയ് അഞ്ചുമുതൽ ജൂലൈ 22 വരെ നടന്ന ഗെയിംസിൽ 28 രാജ്യങ്ങളിൽ നിന്നായി 2547 കായികതാരങ്ങൾ പങ്കെടുത്തു. 57 പേർ വനിതകളായിരുന്നു. 14 ഇനങ്ങളിലായി 107 മത്സരങ്ങൾ നടന്നു. കാര്യക്ഷമമായ സംഘടനാപാടവം നിറഞ്ഞുകവിഞ്ഞ സ്റ്റേഡിയങ്ങൾ, ഊഷ്മളപൂർവ്വം സന്ദർശകരെ എതിരേറ്റ ആതിഥേയർ. ഇതൊക്കെ ഒളിമ്പിക് സന്ദേശം യാഥാർത്ഥ്യമാക്കിയ മത്സരങ്ങൾ എന്ന ഖ്യാതി സ്റ്റോക്ക്ഹോമിനു നേടിക്കൊടുത്തു. 25 സ്വർണ്ണവുമായി അമേരിക്ക മെഡൽപട്ടികയിൽ ഒന്നാംസ്ഥാനത്ത് തിരിച്ചെത്തിയപ്പോൾ 24 സ്വർണ്ണവുമായി ആതിഥേയരായ സ്വീഡൻ തൊട്ടുപിന്നിൽ നിലയുറപ്പിച്ചു.

ഇലക്ട്രോണിക് ടൈമിങ്ങും പബ്ലിക് അഡ്രസ്സ് സിസ്റ്റവുമൊക്കെ സ്റ്റോക്ക്ഹോം ഒളിമ്പിക്സിന്റെ സംഭാവനയാണ്. സ്റ്റാന്റിങ് ഹൈജമ്പ്, സ്റ്റാന്റിങ് ലോംങ്ജമ്പ് തുടങ്ങിയ മത്സരങ്ങൾ അവസാനമായി ഒളിമ്പിക് സ്റ്റേഡിയം കാണുന്നതും ഇവിടെയാണ്. ആധുനിക പെന്റാത്‌ലൺ, സെക്കാത്‌ലൺ എന്നിവ ആദ്യമായി അരങ്ങേറി. ഒളിമ്പിക്സിൽ പങ്കെ

ടുക്കുക സ്വന്തം രാജ്യംവഴി വേണമെന്നത് ഇവിടം മുതൽ നിർബന്ധിതമായി. അങ്ങനെ സ്റ്റോക്ഹോം മത്സരങ്ങളോടെ ഒളിമ്പിക്സിന്റെ നടത്തിപ്പിലും മത്സരഇനങ്ങളുടെ രൂപഭാവങ്ങളിലും വ്യക്തമായ ക്രമീകരണങ്ങളും സംവിധാനവും ഉണ്ടായി.

1912–ലെ സ്റ്റോക്ഹോം ഒളിമ്പിക്സിൽ ഇരട്ടസ്വർണം നേടിയ അമേരിക്കയുടെ ജിം തോർപ്പ്

സ്റ്റോക്ഹോം ഒളിമ്പിക്സ് എന്നു കേൾക്കുമ്പോൾ തന്നെ ജിം തോർപ്പ് ആണ് മനസ്സിൽ വരിക. അത്രമാത്രം മായാതെ മുദ്രപതിപ്പിച്ചാണ് തോർപ്പ് സ്റ്റോക്ഹോം വിടുന്നത്. താരങ്ങളിൽ സൂപ്പർതാരമായിരുന്നു തോർപ്പ്. അദ്ദേഹത്തെ വെല്ലുന്ന മറ്റൊരു അത്‌ലറ്റ് ഭൂമുഖത്ത് പിന്നീട് പ്രത്യക്ഷപ്പെടുകയുണ്ടായില്ല. കായികവേദിയിൽ വ്യക്തിഗതമികവിന്റെ പുതിയ പുതിയ സങ്കലനങ്ങളും ഉറവിടങ്ങളും കണ്ടെത്തിയ അമാനുഷികനായിരുന്നു തോർപ്പ്. വ്യക്തിപരമായ പരിമിതികൾ ലംഘിച്ച അപ്രമേയമായ കരുത്തിന്റെ അഗാധസ്പർശിയായ അനുഭൂതിയാണ് ജിം തോർപ്പ് എന്ന അത്‌ലറ്റിന്റെ ബഹുമുഖ സിദ്ധികൾക്ക് നൽകാൻ കഴിഞ്ഞത്.

എതിരാളികൾക്കൊന്നും എത്തിനോക്കാൻ അവസരം നൽകാതെയാണ് തോർപ്പ് പെന്റാത്‌ലണിലും സെക്കാത്‌ലണിലും സ്റ്റോക്ഹോമിൽ ഇരട്ടക്കൊയ്ത്തു നടത്തിയത്. അത്‌ലറ്റിക്സിൽ മാത്രമല്ല അമേരിക്കൻ ഫുട്ബോളിലും ബേസ്ബോളിലും ശ്രദ്ധേയനായ കളിക്കാരനുമായിത്തീർന്നു തോർപ്പ്.

സ്വീഡനിൽ എല്ലാ ആദരവും പിടിച്ചുപറ്റാൻ തോർപ്പിനായി. ലോകത്ത് ജീവിച്ചിരിക്കുന്നവരിൽ ഏറ്റവും വലിയ അത്‌ലറ്റാണ് ജിം തോർപ്പ് എന്ന് സ്വീഡിഷ് രാജാവും പ്രശംസിക്കുകയുണ്ടായി. അദ്ദേഹം അമേരിക്കയിൽ തിരിച്ചെത്തിയപ്പോൾ രാഷ്ട്രം വമ്പിച്ച വരവേൽപ്പു നൽകി. പക്ഷേ, വളരെ താമസിയാതെ തന്നെ റോക്കിമൗണ്ട് എന്ന ക്ലബ്ബിനുവേണ്ടി തുച്ഛമായ പ്രതിഫലം പറ്റിക്കൊണ്ട് ബേസ്ബോൾ കളിച്ചു

വെന്നതിന്റെ പേരിൽ വിവാദമുയർന്നതോടെ, ഐ ഒ സി അദ്ദേഹത്തിന്റെ മെഡലുകൾ തിരികെ വാങ്ങി. "സാർ, താങ്കളാണ് ഏറ്റവും മഹാനായ അത്‌ലറ്റ്" എന്ന് ഗുസ്റ്റാവ് രാജാവ് പറഞ്ഞ് ആദരിച്ച തോർപിന്റെ പിൽക്കാല ജീവിതം ഇരുളടഞ്ഞതായിരുന്നു.

തോർപിന്റെ പേര് ഒളിമ്പിക് രേഖകളിൽ നിന്നും മാറ്റിയ ഐ ഒ സി രണ്ടാംസ്ഥാനക്കാരനായ സ്വീഡനിലെ ഹ്യൂഗൊ വെസ്‌ലാണ്ടറെ ചാമ്പ്യനായി പ്രഖ്യാപിച്ചു. സ്കൂൾ വിദ്യാർത്ഥിയായിരുന്നപ്പോൾ ചില്ലറ നാണയത്തുട്ടുകൾക്കായിരുന്നു തോർപ് മത്സരിച്ചതെന്നു കണ്ടെത്തിയിട്ടുകൂടി നിയമത്തിന്റെ ചട്ടക്കൂടിൽ നിന്ന് കടുകിട വ്യതിചലിക്കാൻ ഒളിമ്പിക് സമിതി തയ്യാറായില്ല. എന്നാൽ പ്രൊഫഷണൽതരംഗം ഇരുകരങ്ങളും നീട്ടി തോർപിനെ സ്വീകരിച്ചു. അമേരിക്കൻ ഐക്യനാടുകളിലെ എക്കാലത്തെയും വലിയ കായികതാരമായി 1950-ൽ തെരഞ്ഞെടുക്കപ്പെട്ടതും ജിം തോർപ് ആയിരുന്നു.

നിരാശനായ തോർപ് കുറച്ചുകാലം ബേസ്ബോൾ കളിച്ചു ജീവിതം പുലർത്തി. ഒടുവിൽ കടുത്ത ദാരിദ്ര്യത്തിലമർന്ന തോർപ് ടൊറന്റോവിൽ വച്ച് ഹൃദയാഘാതംമൂലം മരണമടഞ്ഞു. അദ്ദേഹത്തെ അടക്കിയ ടൗണിന് ജിംതോർപ് എന്ന് നാമകരണം നൽകി ജനങ്ങൾ ആദരവ് പ്രകടിപ്പിച്ചു. തോർപിന്റെ കുടുംബത്തിന്റെയും സുഹൃത്തുക്കളുടെയും 39 വർഷത്തെ ശ്രമഫലമായി ഐ ഒ സി പുനരാലോചനയ്ക്ക് വഴങ്ങി. അദ്ദേ

സ്റ്റോക്ക്ഹോം ഗെയിംസിൽ ആർട്ടിസ്റ്റിക് ജിംനാസ്റ്റിക്സിൽ ഫിനിഷ് പുരുഷ ടീമിന്റെ പ്രകടനം

ഹത്തിന്റെ അനന്തരാവകാശികൾക്ക് ഡ്യൂപ്ലിക്കേറ്റ് മെഡൽ നൽകി. 1983 ജനുവരി 18 നായിരുന്നു ഐ ഒ സി മഹത്തായ ഈ തിരുത്തൽ നടത്തിയത്.

സ്റ്റോക്ഹോം 1912

5.5.1912 - 22.7.1912

ആതിഥേയരാജ്യം	:	സ്വീഡൻ
രാജ്യങ്ങൾ	:	28
താരങ്ങൾ	:	2547 (പുരു 2490+ സ്ത്രീ 57)
ആകെ ഇനങ്ങൾ	:	107 (14)
ഉദ്ഘാടനം	:	ഗുസ്റ്റാവ് അഞ്ചാമൻ രാജാവ്

അത്‌ലറ്റിക്സിൽ അമേരിക്ക ആധിപത്യം പുലർത്തിയെങ്കിലും ദീർഘദൂരഓട്ടങ്ങളിൽ ഫിനിഷുകാരുടെ കുതിച്ചുകയറ്റത്തിന് സ്റ്റോക്ഹോം സാക്ഷ്യംവഹിച്ചു. ഫിൻലൻഡിന്റെ ഹാൻസ് കൊലൈമെനൻ നീണ്ട ഓട്ടപ്പന്തയങ്ങളിൽ വൻവിജയം നേടി. തുടർച്ചയായ എട്ട് ഫൗൾസ്റ്റാർട്ടുകൾക്കു ശേഷം ഒൻപതാംതവണ ഫൗൾരഹിത മത്സരം നടന്ന 100 മീറ്ററിൽ അമേരിക്കയുടെ റാൽഫ്ക്രേഗ് ഒന്നാമനായി. 200 -ഉം നേടി സ്പ്രിന്റ് ഡബിൾസ് തികച്ചു. 800 മീറ്റർ ഫൈനലിൽ 1908-ലെ ചാമ്പ്യനായ മെൽവിൻ ഷെപ്പേർഡിന്റെ പേസ്മേക്കറായി നിയോഗിക്കപ്പെട്ട സ്കൂൾ വിദ്യാർത്ഥി ജെയിംസ് മെർഡിത് ഒളിമ്പിക് സ്വർണ്ണവും വിശ്വറെക്കോഡും തട്ടിയെടുക്കുന്നത് കാണുവാനുള്ള അസുലഭ ഭാഗ്യവും സ്വീഡിഷ് ജനതക്കുണ്ടായി. അവസാന 50 മീറ്ററിൽ സകലശക്തിയും കാലുകളിലേക്കാവാഹിച്ച് കുതിച്ച മെർഡിത് ഒരു മിനിറ്റ് 51.9 സെക്കന്റിൽ ഷെപ്പേർഡിനെ രണ്ടാം പടിയിലേക്ക് താഴ്ത്തി. മുപ്പത്താറാം വയസ്സിൽ ഭാഗ്യം പരീക്ഷിക്കാനെത്തിയ മാറ്റ് മക്ഗ്രാത്ത് 54.74 മീറ്റർ ദൂരത്തോടെ സർവ്വകാല റെക്കോഡിനുടമയായി. നീണ്ട 24 വർഷം അത് റെക്കോഡ് ബുക്കിൽ നിലകൊണ്ടു. ഷോട്ട്പുട്ടിൽ പാറ്റ് മക്ഡൊണാൾഡ് റെക്കോഡ് ദൂരത്തോടെ തന്റെ മിത്രവും പ്രതീക്ഷിത ചാമ്പ്യനുമായിരുന്ന റാഫൽ റോസിനെ കീഴടക്കി.

ജിംനാസ്റ്റിക്സ് ഒരു പ്രധാന ഇനമായി ഒളിമ്പിക് കലണ്ടറിൽ സ്ഥാനം പിടിച്ചത് സ്റ്റോക്ഹോമിലാണ്. 13 രാജ്യങ്ങളിൽ നിന്ന് ആയിരത്തോളം പുരുഷ, വനിതാ ജിംനാസ്റ്റിക്കുകൾ അവിടെ മാറ്റുരച്ചു. സ്ത്രീകളുടെ ഡൈവിങ്, നീന്തൽമത്സരങ്ങൾ തുടങ്ങിയതും ഇവിടെയാണ്. 100 മീറ്റർ നീന്തലിൽ ആസ്ട്രേലിയയുടെ ഫെന്നിഡറാക് സ്വർണ്ണം നേടി.

മെഡൽനില

1.	അമേരിക്ക	25	19	19
2.	സ്വീഡൻ	24	24	17
3.	ബ്രിട്ടൻ	10	15	16
4.	ഫിൻലൻഡ്	9	8	9
5.	ഫ്രാൻസ്	7	4	3
6.	ജർമ്മനി	5	13	7
7.	ദക്ഷിണാഫ്രിക്ക	4	2	0
8.	നോർവെ	4	1	4
9.	ഹംഗറി	3	2	3
10.	കാനഡ	3	2	3

ഗ്രീക്ക്–റോമൻ ശൈലിയിൽ മാത്രം നടത്തിയ മത്സരങ്ങളിൽ ഫിൻലൻഡും സ്വീഡനും മുന്നിലെത്തി. ഷൂട്ടിങ്ങിൽ 18–ൽ 16–ഉം നേടിയത് ആതിഥേയരായിരുന്നു. വെളുപ്പിന് രണ്ട് മണിക്കാരംഭിച്ച സൈക്കിൾ റേസിൽ ദക്ഷിണാഫ്രിക്കയുടെ റുഡോൾഫ് ലൂയിസ് 11 മണിക്കൂറിലേറെ എടുത്ത് 320 കിലോമീറ്റർതാണ്ടി ഉച്ചയ്ക്കുമുമ്പ് സ്വർണ്ണം നേടിയത് രസാവഹമായിരുന്നു. ഡെൻമാർക്കിനെ 4 - 2നു കീഴടക്കി ബ്രിട്ടൻ ഫുട്ബോൾ സ്വർണ്ണം നിലനിർത്തി.

പിൽക്കാലത്ത് വിവിധതുറകളിൽ വ്യക്തിമുദ്ര പതിപ്പിച്ച നിരവധി കായികതാരങ്ങൾ സ്റ്റോക്ഹോമിൽ രാജ്യങ്ങളുടെ കായികമികവിന്റെ മാന്ത്രികചെപ്പ് തുറക്കുകയുണ്ടായി. അക്കൂട്ടത്തിൽ പ്രമുഖനാണ് പിൽക്കാലത്ത് അന്താരാഷ്ട്ര ഒളിമ്പിക് കമ്മറ്റിയുടെ അധ്യക്ഷപദമലങ്കരിച്ച (1952-72) ആവ്റി ബ്രണ്ടേജ്. പെന്റാത്‌ലണിലും ഡെക്കാത്‌ലണിലും അദ്ദേഹം അമേരിക്കയുടെ കളറണിഞ്ഞു. സ്പ്രിന്റിൽ റാൽഫ് ക്രേഗിനൊപ്പം മത്സരിച്ച ഫിലിപ്പ് നോയലായിരുന്നു 1959-ൽ സമാധാനത്തിനുള്ള നോബൽസമ്മാനം നേടിയത്. മോഡേൺ പെന്റാത്‌ലണിൽ അഞ്ചാംസ്ഥാനത്തേക്ക് പിന്തള്ളപ്പെട്ട അമേരിക്കയുടെ ജെയിംസ് സ്റ്റീവ് പാറ്റൺ രണ്ടാംലോകമഹായുദ്ധത്തിലെ പ്രഗത്ഭനായ യോദ്ധാവായി മാറി.

8

യുദ്ധം കവർന്നെടുത്ത അരങ്ങുകൾ

ഒന്നാം ലോകമഹായുദ്ധത്തിന് മുന്നോടിയായി നിലനിന്ന രാഷ്ട്രീയ സംഘർഷാവസ്ഥ കാരണം 1916-ൽ ഒളിമ്പിക്സ് നടന്നില്ല. ജർമ്മനിയിലെ ബർലിൻ നഗരത്തിന് അനുവദിക്കപ്പെട്ടതായിരുന്നു ആറാമത് മേള. എന്നാൽ കായികോത്സവത്തിന് അരങ്ങൊരുക്കുന്നതിനുപകരം 1914-ൽ ഫ്രാൻസിനും ബെൽജിയത്തിനുമെതിരെ ജർമനി യുദ്ധം പ്രഖ്യാപിച്ചു. യുദ്ധം തകൃതിയായി നടക്കുമ്പോഴും ഒളിമ്പിക്സ് നടത്താനാകുമെന്ന വ്യാമോഹം ജർമ്മൻ അധികൃതർക്കുണ്ടായിരുന്നു. അവരുടെ കണക്കുകൂട്ടലുകൾ തെറ്റിച്ചുകൊണ്ട് യുദ്ധം നീണ്ടുപോയി. ഒടുവിൽ യുദ്ധത്തിന്റെ പശ്ചാത്തലത്തിൽ മത്സരങ്ങൾ സുഖകരമാവില്ലെന്ന് ഉറപ്പായി. അങ്ങനെ ആറാമത് ഒളിമ്പിക്സ് നടക്കാതെ പോയെങ്കിലും യവനസംസ്കാരത്തിലെ പാരമ്പര്യവിശ്വാസംപോലെ അത് ഒരു യാഥാർത്ഥ്യമായി സങ്കൽപ്പിച്ച് ആ നമ്പർ കാലഹരണപ്പെട്ടതായി കണക്കാക്കപ്പെട്ടു.

പുരാതന ഗ്രീസിൽ ഒളിമ്പിക്സ് സമയത്ത് സകലസ്പർധകളും താൽക്കാലികമായെങ്കിലും മറന്ന് എല്ലാവരും ഒത്തുകൂടി മത്സരങ്ങളിൽ പങ്കെടുത്തിരുന്നു. 'ട്രൂസ്' എന്ന പേരിൽ ആ കാലമത്രയും കലഹങ്ങൾക്ക് വിടനൽകും. ആധുനിക യുഗത്തിൽ അത് നേരെ മറിച്ചായിരുന്നു. യുദ്ധം കാരണം ചില മേളകൾ മുടങ്ങി. സാമ്പത്തിക പ്രശ്നങ്ങളാൽ ഉദ്ദേശിക്കപ്പെട്ട നഗരങ്ങളിൽ നിന്നും ചിലപ്പോൾ ഗെയിംസ് വേദികൾ മാറ്റേണ്ടതായും വന്നു. പിൽക്കാലത്ത് ബഹിഷ്കരണങ്ങൾ, രാഷ്ട്രീയ വൈരുദ്ധ്യങ്ങൾ, ഭീകരവാദം തുടങ്ങിയവ ചരിത്രത്തിലെന്നപോലെ ഒളിമ്പിക്സിലും സംഭവിച്ചിട്ടുണ്ട്. രണ്ടാം ലോകമഹായുദ്ധം

കാരണം 1940-ലും 1944-ലും ഒളിമ്പിക്സ് മുടങ്ങിയിട്ടുണ്ട്. പന്ത്രണ്ടാമത് ഒളിമ്പിക്സ് ജപ്പാനിലെ ടോക്കിയോവിൽ നടത്താനായിരുന്നു തീരുമാനം. അന്ന് ചൈനയുമായി യുദ്ധത്തിലായിരുന്ന ജപ്പാന് മേളയ്ക്ക് ആതിഥ്യമരുളാൻ കഴിയാഞ്ഞതുകൊണ്ട് വേദി ഹെൽസിങ്കിയിലേക്ക് മാറ്റി. ഗെയിംസിനു തയ്യാറെടുപ്പുകൾ തുടങ്ങിയ അവസരത്തിലാണ് യുദ്ധം പൊട്ടിപ്പുറപ്പെട്ടത്. അതുകാരണം പന്ത്രണ്ടാം ഒളിമ്പിക്സ് നടക്കുകയുണ്ടായില്ല. 1944-ൽ യുദ്ധംമൂലം തന്നെ ലണ്ടൻ ഒളിമ്പിക്സും യാഥാർത്ഥ്യമായില്ല.

9

പ്രതിജ്ഞയും പതാകയും പുതുപ്പിറവിയും

ഏഴാം ഒളിമ്പിക്സ് ബുഡാപെസ്റ്റിൽ നടത്തുവാനായിരുന്നു ആദ്യ തീരുമാനം. അവസാനനിമിഷം അത് ആന്റ്വെർപ്പിലേക്ക് മാറ്റേണ്ടിവന്നു. ലോകമഹായുദ്ധത്തിൽ മുറിവേറ്റ രാഷ്ട്രങ്ങൾ മിക്കവാറും ആന്റ്വെർപ്പിൽ നിന്നും വിട്ടുനിന്നു. യുദ്ധക്കെടുതിയിൽ നിശ്ചലമായ ബൽജിയം നഗരം ഒളിമ്പിക്സിന്റെ മന്ത്രധ്വനിയിൽ ഉണർന്നു. പതിനെട്ടുമാസത്തെ തീവ്രമായ പരിശ്രമത്തിന്റെ ഫലമായി ബോംബ്ഷെല്ലുകൾ തട്ടിത്തകർത്തുപോയ ആന്റ്വെർപ്പ് നഗരം ആധുനിക ഒളിമ്പിക്സിന് പര്യാപ്തമായ വിധം സജ്ജീകരിക്കപ്പെട്ടു.

യുദ്ധത്തിൽ പരാജയപ്പെട്ട ഓസ്ട്രിയ, ബൾഗേറിയ, ജർമ്മനി, ഹംഗറി, തുർക്കി എന്നീരാജ്യങ്ങൾക്ക് ആന്റ്വെർപ്പിലേക്ക് പ്രവേശനം നിഷേധിക്കപ്പെട്ടു. റഷ്യയെ ക്ഷണിച്ചെങ്കിലും അവരും വിട്ടുനിന്നു. എങ്കിലും 29 രാജ്യങ്ങളിൽ നിന്നായി 2626 കായികതാരങ്ങൾ മേളക്കെത്തി. 22 സ്പോർട്സിലായി 154 ഇനങ്ങൾ നടന്നു.

ആന്റ് വെർപ്പിൽ തുടങ്ങുന്നത് ആധുനിക ഒളിമ്പിക്സിന്റെ രണ്ടാം ഘട്ടമെന്നുപറയാം. ചരിത്രത്തിലാദ്യമായി ഒളിമ്പിക് പ്രതിജ്ഞ ചൊല്ലിയത് ഈ വേദിയിലായിരുന്നു.

" In the name of all competitors I promise that we will take part in these OLYMPIC Games respecting and abiding by the rules which govern them in the true spirit of sportsmanship for the glory of sports and the honour of our teams"...

കായികതാരങ്ങളെ പ്രതിനിധീകരിച്ച് ആദ്യമായി ഈ പ്രതിജ്ഞ

ചൊല്ലുവാനുള്ള അപൂർവ്വ ബഹുമതിയും ഭാഗ്യവും സിദ്ധിച്ചത് വിക്റ്റർ ബോയിൻ എന്ന ബൽജിയത്തിന്റെ വാട്ടർപോളോക്കാരനായിരുന്നു. പിൽക്കാലത്ത് ബൽജിയം ഒളിമ്പിക് കമ്മിറ്റിയുടെ പ്രസിഡന്റായ ബോയിൻ ഇന്റർനാഷണൽ അസോസിയേഷൻ ഓഫ് സ്പോർട്സ് ജേർണലിസ്റ്റ്സ് എന്ന സംഘടനയ്ക്കും രൂപം നൽകി.

ദീർഘദൂര ഓട്ടത്തിലെ ഫിനിഷ് അദ്ഭുതം - പാവോ നൂർമി

ആധുനിക ഒളിമ്പിക്സിന്റെ പിതാവായ ക്യൂബർതിൻ പ്രഭു രൂപകൽപ്പന ചെയ്ത അഞ്ച് വളയങ്ങൾ പരസ്പരം കോർത്തിണക്കപ്പെട്ട തൂവെള്ള ഒളിമ്പിക്സ് പതാക ആദ്യമായി പാറിക്കളിച്ചതും അതിന് ഇന്നത്തെ പ്രഭാവം കൈവന്നതും ഈ മേളയിലാണ്. വെളുത്ത പശ്ചാത്തലത്തിൽ ഭൂഖണ്ഡങ്ങളെ പ്രതിനിധാനം ചെയ്യുന്ന അഞ്ചുവളയങ്ങൾ ഇടത്തുനിന്നും വലത്തോട്ട് നീല, കറുപ്പ്, ചുവപ്പ്, മഞ്ഞ, പച്ച എന്നീ ക്രമത്തിൽ പ്രത്യേകതരത്തിൽ സന്നിവേശിക്കപ്പെട്ട ഒളിമ്പിക്പതാക ഏതൊരു കായികതാരത്തിന്റെയും മോഹമാണ്. ശാന്തിയുടെ പ്രതീകമായ അരിപ്രാവുകളെ ഉദ്ഘാടനവേളയിൽ ആദ്യമായി പറത്തിവിട്ടതും ആന്റ്വെർപ്പ് മത്സരങ്ങൾക്ക് മുമ്പുള്ള നിറപ്പകിട്ടാർന്ന ഉദ്ഘാടനചടങ്ങുകളോടനുബന്ധിച്ചായിരുന്നു. ഗെയിംസിന്റെ പ്രചരണാർത്ഥം വർണ്ണപോസ്റ്ററുകൾ അച്ചടിച്ച് നാടിന്റെ നാനാഭാഗത്തും പ്രദർശിപ്പിച്ച് ജനങ്ങളെ മത്സരവേദിയിലേക്ക് ആകർഷിക്കുകയെന്ന കീഴ്വഴക്കത്തിന്റെ തുടക്കവും ഇവിടെയായിരുന്നു. അന്നവിടെ യാഥാർത്ഥ്യമാക്കപ്പെട്ട ചടങ്ങുകൾ ഇന്നും വിശ്വകായികവേദിയുടെ ഉൾപ്പുളകമായി നിലനിൽക്കുന്നു.

ആന്റ്വെർപ്പിൽ മത്സരങ്ങളുടെ തിരശ്ശീല ഉയർന്നപ്പോൾ ഫിൻലൻഡ് എന്ന കൊച്ചുരാജ്യം അത്ഭുതങ്ങളുടെ കെട്ടഴിച്ചു. ആഗോള ട്രാക്ക് ആന്റ് ഫീൽഡ് മത്സരങ്ങളുടെ ഭൂപടത്തിൽ ആ രാജ്യത്തിന് അവഗണിക്കാൻ പറ്റാത്ത സ്ഥാനം കിട്ടി. ദീർഘദൂര ഓട്ടത്തിൽ എല്ലാക്കാലത്തെയും മികച്ച പോരാളികളിൽ ഒരാളായ പാവൊ ജൊഹാൻഡ് നൂർമി തന്റെ വിശ്വവിജയങ്ങളുടെ ആരംഭം കുറിക്കുന്നത് ഇവിടെയാണ്. 1500 മീറ്റർ മുതൽ 20000 മീറ്റർ വരെയുള്ള മത്സരങ്ങളിൽ 29 തവണ ലോക റെക്കോർഡ് തിരുത്തിക്കുറിച്ച നൂർമി മൂന്ന് ഒളിമ്പിക്സുകളിലായി ഒൻപത് സ്വർണ്ണമെഡലുകളാണ് കൊയ്തത്. കരുത്തിന്റെ പര്യായമായ

'പറക്കുംഫിൻ' മണിക്കൂറുകൾക്കുള്ളിലാണ് ദീർഘദൂര ഇനങ്ങളിൽ പുതിയ സമയങ്ങൾ കണ്ടെത്തിക്കൊണ്ടിരുന്നത്. 1920-ൽ ആന്റ് വെർപ്പിലും 1924-ൽ പാരീസിലും 1928-ൽ ആംസ്റ്റർഡാമിലും 1500 മുതൽ ക്രോസ്കൺട്രി വരെയുള്ള ഇനങ്ങളിൽ അസാധാരണമായ പ്രകടനം കാഴ്ചവച്ച നൂർമി ഫിൻലൻഡുകാരുടെ ജീവിക്കുന്ന ഇതിഹാസമായി മാറി. ദീർഘദൂര മത്സരങ്ങളുടെ തുടക്കത്തിൽത്തന്നെ അസ്ത്രംപോലെ പായുന്ന ഫിന്നിന്റെ കായികക്ഷമത ഇന്നും കായികലോകത്തിന് വിസ്മയമാണ്.

ആന്റ് വെർപ്പിൽ ആദ്യ ഇനമായ 5000 മീറ്ററിൽ ഫ്രാൻസിന്റെ പ്രശസ്തനായ ജാകിസ് ഗില്ലിമോട്ട് ആയിരുന്നു നൂർമിയുടെ പ്രധാന എതിരാളി. തുടക്കം മുതൽതന്നെ നൂർമിക്കായിരുന്നു ലീഡെങ്കിലും പദാനുപദം ജാകിസ് പിന്തുടരുന്നുണ്ടായിരുന്നു. അവസാനലാപ്പിൽ 10 മീറ്റർ നൂർമിയെ പിന്തള്ളിക്കൊണ്ട് ഫ്രഞ്ചുകാരൻ സ്വർണ്ണത്തിലെത്തി. മൂന്ന് ദിവസത്തിനുശേഷം 10000 മീറ്ററിൽ ഇരുവരും ഏറ്റുമുട്ടിയപ്പോൾ നൂർമി തന്റെ ആദ്യ ഒളിമ്പിക്സ് സ്വർണ്ണത്തിലേക്കുതന്നെ ചുവടുവച്ചു. തുടർന്ന് ക്രോസ്കൺട്രി വ്യക്തിഗത, ടീം മത്സരങ്ങളിലായി നൂർമി രണ്ട് തവണ കൂടി പൊന്നണിഞ്ഞു.

800, 1500 മീറ്റർ മത്സരങ്ങളിൽ ഒരാൾ ആദ്യമായി ഇരട്ടവിജയം നേടിയതും ഇവിടത്തെ വേഗമാർന്ന ട്രാക്കിലായിരുന്നു. ബ്രിട്ടന്റെ ആൽബർട്ട് ജോർജ്ഹിൽ ആയിരുന്നു അസൂയാവഹമായ ഈ നേട്ടത്തിനുടമയായത്. പിന്നീട് 44 വർഷത്തിനുശേഷം 1964-ൽ ടോക്കിയോവിൽ ന്യൂസിലൻഡുകാരൻ പീറ്റർസ്നെൽ മാത്രമാണ് ഈ ഡബിൾ ആവർത്തിച്ച ഏക ഓട്ടക്കാരൻ. ചാർലിപെഡൊക് എന്ന ടെക്സാസുകാരൻ 10.8 സെക്കൻഡിൽ 100 മീറ്റർ നേടി.

ആന്റ്വെർപ്പ് 1920

20.4.1920 - 12.9.1920

ആതിഥേയരാജ്യം	:	ബൽജിയം
രാജ്യങ്ങൾ	:	29
താരങ്ങൾ	:	2626 (പുരു 2561 + സ്ത്രീ 65)
ആകെ ഇനങ്ങൾ	:	154 (22)
ഉദ്ഘാടനം	:	ആൽബർട്ട് രാജാവ്
പ്രതിജ്ഞ	:	വിക്റ്റർ ബോയിൻ (വാട്ടർപോളോ)

1920ലെ ആന്റ്വെർപ്പ് ഒളിമ്പിക്സിന്റെ പോസ്റ്റർ

അത്‌ലറ്റിക്സിൽ അമേരിക്കയുടെ അന്നത്തെ നിലവാരം വച്ചുനോക്കുമ്പോൾ ആന്റ്വെർപ്പിലെ പ്രകടനം അവർക്ക് തൃപ്തിനൽകുന്നതായിരുന്നില്ല. ട്രാക്കിൽ ആദ്യമായി അവർ മേധാവിത്വം ഫിൻലൻഡിന് അടിയറവച്ചു. ഫിൻലൻഡ് 9 സ്വർണ്ണവും 4 വെള്ളിയും 3 ഓടും കരസ്ഥമാക്കി.

വാൾപ്പയറ്റിൽ 13 സ്വർണ്ണ മെഡൽ നേടിയ ഇറ്റലി അശ്വാഭ്യാസത്തിലും ആധിപത്യം ഉറപ്പിച്ചു. ഗുസ്തിയിൽ മികവ് സ്വീഡനും ഫിൻലൻഡിനുമായിരുന്നെങ്കിൽ ബോക്സിങ്ങിൽ മുന്നേറിയ അമേരിക്ക ബ്രിട്ടനെയും കാനഡയെയും പിന്തള്ളി. റഗ്ബിയിലെ ലോകചാമ്പ്യൻമാരായ ഫ്രാൻസിനെ അമേരിക്ക അട്ടിമറിച്ചതായിരുന്നു ഏഴാമത് ഒളിമ്പിക്സിലെ ഏറ്റവും ആകസ്മിക വിജയം. 1919 മുതൽ 1926 വരെ ആറ് തവണ വിംബിൾഡൺ കിരീടമണിഞ്ഞ സൂസന്ന ലെങ്ലൈൻ ആന്റ് വെർപ്പിൽ വനിതാസിംഗിൾസ്, മിക്സഡ് ഡബിൾസ് എന്നിവയിൽ തങ്കപ്പതക്കവും

മെഡൽനില

1.	അമേരിക്ക	41	27	28
2.	സ്വീഡൻ	19	20	24
3.	ബ്രിട്ടൻ	15	15	13
4.	ഫിൻലൻഡ്	15	10	9
5	ബൽജിയം	14	11	10
6.	നോർവെ	13	7	8
7.	ഇറ്റലി	13	5	5
8.	ഫ്രാൻസ്	9	19	13
9.	ഹോളണ്ട്	4	2	5
10.	ഡെൻമാർക്ക്	3	9	1

ഡബിൾസിൽ വെങ്കലവും കരസ്ഥമാക്കി. വാട്ടർപോളോയിൽ വിവാദമായ ഒരു ഗോളിന് ആതിഥേയരായ ബൽജിയത്തെ തോൽപ്പിച്ച് ബ്രിട്ടൻ കിരീടമണിഞ്ഞു. പൂളിൽ നിന്നു പുറത്തിറങ്ങിയ ബ്രിട്ടന്റെ കളിക്കാരെ ബൽജിയൻ കാണികൾ ശരിക്കും കൈകാര്യം ചെയ്തു. ഒടുവിൽ സായുധസേനയുടെ സംരക്ഷണയിലാണ് കളിക്കാരെ അവരുടെ വാസസ്ഥലത്തെത്തിച്ചത്. ബൽജിയത്തിന്റെയും ചെക്കസ്ലോവാക്യയുടെയും കളിക്കാർ പന്തിനേക്കാൾ എതിരാളികളുടെ മെയ്യ് നോക്കിക്കളിച്ച ഫുട്ബോൾ ഫൈനൽ ചോരപ്പാടുകൾ വീണതായിരുന്നു. 37 മിനിറ്റിനുള്ളിൽ തങ്ങൾ 2-0 നുപിന്നിലായത്, ബ്രിട്ടീഷുകാരൻ റഫറി 'ലൂയിസിന്റെ സംഭാവന'യാണെന്ന് ആരോപിച്ചായിരുന്നു ചെക്ക് കളിക്കാർ ബെൽജിയൻ താരങ്ങളെ കൈയ്യേറ്റം ചെയ്തത്. കളിക്കാർ തമ്മിലുണ്ടായ കൂട്ട അടിയിൽ ഇരുപക്ഷത്തെയും പലരും ആശുപത്രിയിലായി. ഇതേത്തുടർന്ന് അധികൃതർ ചെക്ക് ടീമിന് അയോഗ്യത കൽപ്പിച്ചു. ബൽജിയത്തെ വിജയികളായും പ്രഖ്യാപിച്ചു.

തുഴച്ചിൽ മത്സരങ്ങളിൽ അമേരിക്കയുടെ ജോൺബി കെല്ലി തല ഉയർത്തിനിന്നു. വർഷങ്ങളോളം ഈ രംഗത്ത് അദ്ദേഹം ആധിപത്യം ഉറപ്പിക്കുകയുണ്ടായി. കെല്ലിയുടെ പുത്രൻ ജൂനിയർ കെല്ലി തുടർച്ചയായി നാല് ഒളിമ്പിക്സിൽ സിംഗിൾസ് ജേതാവായിരുന്നു. അദ്ദേഹത്തിന്റെ പുത്രി ഗ്രേസ് കെല്ലിയാകട്ടെ ഹോളിവുഡിൽ സിനിമാതാരമായി അരങ്ങുവാണശേഷം മൊണോക്കയിലെ രാജകുമാരിയായി അവരോധിതയായി. ബോക്സിങ്ങിൽ ലൈറ്റ് ഹെവിവെയ്റ്റിൽ ചാമ്പ്യനായ അമേരിക്കയുടെ എ ഡി ഈഗൻ പിന്നീട് ഓക്സ്ഫോർഡ്, യേൽ സർവ്വകലാശാലകളിൽ നിന്ന് ശാസ്ത്രസാങ്കേതിക വിഷയങ്ങളിൽ ഉന്നത ബിരുദങ്ങൾ കരസ്ഥമാക്കി. 12 വർഷത്തിനുശേഷം കായികവേദിയിൽ തിരിച്ചെത്തിയ ഈഗൻ വിന്റർ ഒളിമ്പിക്സിലും സ്വർണ്ണം നേടി.

ഏറ്റവും പ്രായം കുറഞ്ഞ ഒളിമ്പിക് ജേതാവിനെ കണ്ടതും ഏഴാം മേളയിലായിരുന്നു. സ്പ്രിങ് ബോർഡ് ഡൈവിങ്ങിൽ സ്വർണ്ണം നേടിയ എയ്‌ലിൻ റിജിൻ എന്ന അമേരിക്കൻ പെൺകുട്ടിയാണ് ആ കായിക താരം.

10

നൂർമിയുടെ മേളയിൽ 'ടാർസൻ' വരുന്നു...

രണ്ടാമതും ഒളിമ്പിക്സ് നടക്കുന്ന ആദ്യനഗരമാണ് പരിഷ്കാരത്തിന്റെ പര്യായമായ പാരീസ്. യുദ്ധം ഏൽപ്പിച്ച മുറിവിൽ നിന്നും രാജ്യങ്ങൾ മെല്ലെ വിമുക്തമാകുന്നതേയുള്ളൂ. നാൽപ്പത്തിനാലു രാജ്യങ്ങളിൽ നിന്നായി 136 വനിതകളടക്കം 3092 കായികതാരങ്ങളാണ് ഇവിടെ എത്തിയത്. പതിനെട്ട് സ്പോർട്സ് ഇനങ്ങളിലായി 140 മത്സരങ്ങളാണ് അവർക്കായി നടത്തിയത്. രണ്ടാം പാരീസ് ഒളിമ്പിക്സിൽ ചില സുപ്രധാന തീരുമാനങ്ങൾ കൈക്കൊള്ളുകയുണ്ടായി. ഓരോ കായിക ഇനവും അതത് ഫെഡറേഷനുകൾ ആയിരിക്കണം നടത്തേണ്ടതും നിയന്ത്രിക്കേണ്ടതും എന്നു തീരുമാനിക്കപ്പെട്ടു. അതുവരെ ഒളിമ്പിക്സ് നടക്കുന്ന രാജ്യത്തിലെ ഒളിമ്പിക് കമ്മിറ്റികളായിരുന്നു പരമാധികാരികൾ.

ഫ്രഞ്ചുകാരുടെ അമിതരാജ്യസ്നേഹം പല വേദികളിലും പ്രശ്നങ്ങൾ ഉണ്ടാക്കി. പ്രത്യേകിച്ചും ബോക്സിങ്, ഫെൻസിങ്, ഗുസ്തി എന്നീ ഇനങ്ങളിൽ ഫ്രഞ്ചുകാർ മത്സരിക്കുമ്പോൾ. ഇന്ന് ഒളിമ്പിക്സ് പ്രസ്ഥാനത്തെ തുരങ്കം വയ്ക്കുന്ന 'നാഷണലിസം' ചെറിയ തോതിലെങ്കിലും ഫ്രാൻസിൽ തലപൊക്കിയിരുന്നു.

കളിക്കളത്തിൽ നോക്കുകയാണെങ്കിൽ പാരീസ് ഒളിമ്പിക്സ് ഫിൻലൻഡുകാരൻ പാവൊ നൂർമിയുടെ മേളയായിരുന്നു. ദീർഘദൂര ഓട്ടത്തിലെ അതിമാനുഷനായ നൂർമിയുടെ യുഗം നാലുവർഷം മുമ്പ് ആന്റ്വെർപ്പിൽ തന്നെ തുടങ്ങിക്കഴിഞ്ഞു. ഒരു കൊടുങ്കാറ്റുപോലെയാണ് നൂർമി പാരീസിലേക്ക് കടന്നുവന്നത്. ഓട്ടത്തിനിടയിൽ സ്വന്തം കൈയിൽ കരുതിയിരുന്ന സ്റ്റോപ് വാച്ചിൽ നോക്കി വേഗം ക്രമീകരിച്ചു

1924 പാരീസ് ഒളിമ്പിക്സിൽ 5000 മീറ്റർ ഓട്ടത്തിന്റെ തുടക്കം. ജേതാവായ പാവോ നൂർമി വലത്തേയറ്റം.

കൊണ്ടായിരുന്നു നൂർമി പ്രതിയോഗികളെ അരിഞ്ഞു വീഴ്ത്തിയത്. 1500 മീറ്റർ, 5000 മീറ്റർ, 10000 മീറ്റർ ക്രോസ്കൺട്രി (വ്യക്തിഗത, ടീം മത്സ രങ്ങൾ) 3000 മീറ്റർ ടീം എന്നിവയിലാണ് നൂർമി തന്റെ വിക്ടറിമാർച്ച് നടത്തിയത്. മൂന്നിലും പുതിയ സമയവും കുറിച്ചു.

അതേസമയം നൂർമിയും നാട്ടുകാരൻ വില്ലി റിറ്റോളും തമ്മിൽ ദീർഘദൂര ഇനങ്ങളിൽ അരങ്ങേറിയ അങ്കം ഇരുപതുകളിൽ ഒളിമ്പി ക്സിലെ തിളങ്ങുന്ന അധ്യായമാണ്. പ്രൊഫഷണൽ രംഗത്ത് മത്സരി ച്ചുവെന്ന ആരോപണത്തെത്തുടർന്ന് 1932-ൽ നൂർമിയെ ഒളിമ്പിക്സിൽ വിലക്കുന്നതുവരെ ആ ബലാബലം തുടർന്നു. പാരീസിൽ നൂർമിയുടെ പ്രതാപത്തിന് തെല്ലു മങ്ങലേൽപ്പിച്ചുകൊണ്ട് 10000 മീറ്ററിൽ റിറ്റോള ഒന്നാമനായി. എന്നാൽ അടുത്ത ദിവസം 90 മിനിറ്റിനുള്ളിൽ 1500ലും 5000ത്തിലും റിറ്റോളയെ മുട്ടുകുത്തിച്ചുകൊണ്ട് നൂർമി മധുരമായി പക വീട്ടി. മൂന്നാം ദിവസം 3000 മീറ്ററിലും 10000 മീറ്റർ ക്രോസ്കൺട്രിയിലും കൂട്ടുകാരനെ അടിയറവു പറയിച്ചശേഷമേ പ്രതികാരദാഹിയായ ഓട്ട ക്കാരൻ അടങ്ങിയുള്ളൂ. നൂർമിയിൽ നിന്ന് പ്രചോദനമുൾക്കൊണ്ട് ആൽ ബിൻ സ്റ്റെൻറോസ് മാരത്തോണിലും ഈ റേലെത്താനൻ പെന്റാത്‌ല ണിലും ജേതാക്കളായപ്പോൾ ജോണിവയറ തുടർച്ചയായി രണ്ടാം ഒളി

ബിക്സിലും ജാവലിൻ സ്വർണ്ണമണിഞ്ഞു. അത്‌ലറ്റിക്സിൽ അമേരിക്കയുടെ പൂർണ്ണ മേധാവിത്വത്തിനു വിരാമമിടാൻ നൂർമിയുടെ നേതൃത്വത്തിലുള്ള ഫിന്നിഷ് പടയ്ക്ക് കഴിഞ്ഞു.

എന്നാൽ പാരീസിലെ കൊളംബസ് സ്റ്റേഡിയത്തിൽ ഓൾറൗണ്ട് അത്‌ലറ്റ് എന്ന ബഹുമതികൾക്കർഹനായത് ഹൈജമ്പിലും ഡെക്കാത്‌ലണിലും ഒന്നാമനായ അമേരിക്കയുടെ ഹാരോൾഡ് ഓസ്ബോൺ ആയിരുന്നു. ഹാമർത്രോ ഒളിമ്പിക് ഇനമായതുമുതൽ വിജയികളൊക്കെ അമർലൻസിൽ ഒരു പ്രത്യേക പ്രവിശ്യയിൽ ജനിച്ച് അമേരിക്കയിൽ കുടിയേറി അവർക്കുവേണ്ടി മത്സരിക്കാൻ എത്തിയവരായിരുന്നു. പാരീസിൽ ആ പതിവ് തെറ്റിച്ച് അമേരിക്കൻ പൗരൻ തന്നെയായ ഫ്രെഡ്ടുടെൽ ചാമ്പ്യനായി.

പുരുഷൻമാരുടെ 4 x 100 മീറ്റർ റിലേയിൽ വാശിയേറിയ പോരാട്ടമായിരുന്നു. പ്രശസ്തനായ ഹാരോൾഡ് അബ്രഹാംസിന്റെ ബ്രിട്ടീഷ് ടീം ആദ്യറൗണ്ടിൽ 42 സെക്കന്റിൽ ഫിനിഷുചെയ്തപ്പോൾ സ്വർണ്ണം അവർക്കുതന്നെ എല്ലാവരും ഉറപ്പിച്ചു. പക്ഷേ, അടുത്ത ഹീറ്റ്സിൽ ഡച്ചുകാരും അതേസമയം രേഖപ്പെടുത്തി. ആറാമത്തെ ഹീറ്റ്സിൽ അമേരിക്കൻ ടീം 41.2 സെക്കന്റിൽ ഓടിയെത്തിയപ്പോൾ മത്സരം ഉത്ക്കണ്ഠാജനകമായി. സെമിയിൽ 41 സെക്കന്റിൽ അമേരിക്കൻ സംഘം വീണ്ടും സമയം തിരുത്തിയെഴുതിയപ്പോൾ അബ്രഹാംസിന്റെ ടീം പിന്തള്ളപ്പെടുമെന്നുതന്നെ തോന്നിച്ചു. ഫൈനലിൽ അതുതന്നെ സംഭവിച്ചു. ആദ്യലാപ്പിൽ അബ്രഹാംസിനെ മറികടന്ന് ഒരു സ്കൂൾ വിദ്യാർഥി മുന്നേറ്റം നടത്തി. യു എസിന്റെ ഫ്രാൻസിസ് ഹസെയാണ് ആ പയ്യൻ. ന്യൂയോർക്കിൽ നിന്നുള്ള ഹൈസ്കൂൾ വിദ്യാർത്ഥിയായ ആ ഇളം പ്രതിഭ അബ്രഹാംസിനേക്കാൾ രണ്ട് വാര മുന്നിലായിട്ടാണ് ഫിനിഷു ചെയ്തത്. ഒടുവിൽ 41 സെക്കന്റുകൊണ്ടുതന്നെ അമേരിക്കൻ ടീം സ്വർണ്ണത്തിലെത്തി. 100 മീറ്ററിൽ അമേരിക്കക്കുവേണ്ടി ഓടാൻ ഹസ്സെ യോഗ്യത നേടിയിരുന്നില്ല എന്നത് മറ്റൊരു സത്യം.

ബ്രിട്ടന്റെ എറിക്‌ലിഡൽ എന്ന വൈദികൻ പാരീസിലെത്തിയത് 100 മീറ്ററിൽ പങ്കെടുക്കാനായിരുന്നു. ഒരു ഞായറാഴ്ച മത്സരം നടന്നതിനാൽ അദ്ദേഹം ഇഷ്ടഇനത്തിൽ പങ്കെടുത്തില്ല. പ്രാർത്ഥന വെടിഞ്ഞ് മത്സരിക്കുവാൻ താനില്ലെന്ന് ഉറക്കെ പ്രഖ്യാപിക്കുകയും ചെയ്തു. പിന്നീട് 200മീറ്ററിൽ മൂന്നാം സ്ഥാനം നേടിയ റവ. ഫാദർ ലിഡൽ, ബർഗ്‌ലി പ്രഭുവിന്റെ പ്രേരണയാൽ 400 മീറ്ററിൽ പങ്കെടുക്കാൻ തീരുമാനിച്ചു. ഫൈനലിൽ കുരിശു വരച്ചിറങ്ങിയ ലിഡൽ വെടിയൊച്ചക്കൊപ്പം കുതിച്ചോടുകയായിരുന്നു. മുഖ്യഎതിരാളിയെ അഞ്ചുമീറ്ററോളം പിന്നിലാക്കി 47.6 സെക്കന്റിൽ സ്പർശരേഖ കടന്ന വൈദികന് ഒളിമ്പിക്, വിശ്വറെക്കോർഡുകളും സ്വന്തമായി. സ്കോട്ട്ലന്റിൽ തിരിച്ചെത്തിയ ലിഡലിന് ഗംഭീര വരവേൽപ്പാണ് നൽകിയത്. എന്നാൽ ഒരു വർഷത്തിനകം അദ്ദേഹം ചൈനയിലേക്ക് തിരിച്ചുപോയി. അവിടെ പിതാവിന്റെ കൂടെ

മിഷനറി ജീവിതമാണ് ലിഡൽ ഇഷ്ടപ്പെട്ടത്. രണ്ടാം ലോകയുദ്ധക്കാലത്ത് ജപ്പാൻകാരുടെ ദുരിതാശ്വാസ ക്ലാസ്സിൽവച്ച് അദ്ദേഹം ബ്രയിൻ ട്യൂമർ മൂലം മരിച്ചു.

മത്സര നഗരികളിൽ ജലനീലിമയിലെ ജേതാവ്. അഭ്രപാളികളിൽ വനനീലിമയിലെ രാജാവ്. വിശ്വകായികമേളയുടെ നിറമുള്ള ഓർമ്മകളുടെ മേഘപാളികൾ വകഞ്ഞുനോക്കുമ്പോൾ ഈ വിശേഷണങ്ങൾ ഒരാൾക്കു മാത്രം. പീറ്റർ ജോണി വെസ്മൂളർ എന്ന ടാർസനുമാത്രം. ചരിത്രത്തിലാദ്യമായി 100 മീറ്റർ ദൂരം ഒരു മിനിറ്റിലും കുറഞ്ഞസമയം കൊണ്ട് നീന്തിയെത്തിയത് (59.0 സെക്കന്റ്) വെസ് മൂളറായിരുന്നു. അത് കൺപാർക്കാൻ അവസരമുണ്ടായത് പാരീസുകാർക്കും. 52 അമേരിക്കൻ ചാമ്പ്യൻഷിപ്പ് വിജയങ്ങളും 28 വിശ്വറെക്കോർഡുകളും മൂളറുടെ പേരിലുണ്ടായിരുന്നു. പാരീസ് വിടുമ്പോൾ മൂന്ന് സ്വർണ്ണമെഡലും വാട്ടർ പോളോയിലെ വെങ്കലവും ഏതാനും വിശ്വറെക്കോർഡുകളുമായിരുന്നു അദ്ദേഹത്തിന്റെ സമ്പാദ്യം.

വിനോദവാണിജ്യത്തിന്റെ സമ്പന്ന സ്വർഗ്ഗങ്ങൾ വെട്ടിപ്പിടിച്ച ആദ്യത്തെ കായിക കലാകാരനാണ് മൂളർ. കായികമികവ് താരവത്ക്കരിച്ചവരിൽ ഒന്നാമൻ. ബാല്യത്തിലേ പിടിപെട്ട ഹൃദയാഘാതത്തിന് നീന്തൽ ഒരു പ്രതിവിധിയായി സ്വീകരിച്ച മൂളർ വിശ്രുതനാകുമെന്ന് ആ വ്യായാമം നിർദ്ദേശിച്ച കുടുംബവൈദ്യൻ സ്വപ്നത്തിൽ പോലും കരുതിയിട്ടുണ്ടാവില്ല. നാലുവർഷത്തിനുശേഷം ആംസ്റ്റർ ഡാമിൽ നടന്ന ഒളിമ്പിക്സിൽ മൂളർ 100 മീറ്റർ ഫ്രീസ്റ്റൈലിലും 4 x 200 മീറ്റർ ഫ്രീസ്റ്റൈൽ റിലേയിലും സുവർണ്ണതാരമായി.

പിന്നെയാണ് ആ ജീവിതം വഴിതിരിഞ്ഞത്. ടാർസൻകഥകളിലെ നായകനായി ഹോളിവുഡ് ചലച്ചിത്രകമ്പനിയായ എം ജി എം ഈ യുവ കായികതാരത്തെ നിശ്ചയിച്ചു. എഡ്ഗാർ റൈസ് ബറോവിന്റെ ആ വീര

പാരീസ് 1924

4.5.1924 - 22.7.1924

ആതിഥേയരാജ്യം	: ഫ്രാൻസ്
രാജ്യങ്ങൾ	: 44
താരങ്ങൾ	: 3092 (പുരു 2956 + സ്ത്രീ 136)
ആകെ ഇനങ്ങൾ	: 140 (18)
ഉദ്ഘാടനം	: പ്രസിഡന്റ് ഗാസ്റ്റൺ സുമർഗ്
ഒളിമ്പിക് പ്രതിജ്ഞ	: ജോർജസ് ആന്ദ്രെ (അത്‌ലറ്റ്)

സാഹസിക വനഗാഥ മുമ്പേ കൊട്ടകൾക്കു പ്രിയപ്പെട്ടതായിരുന്നു. ടാർസനായി വേഷമിടുന്ന നാലാമനായി മൂളർ തിരപ്പടത്തിൽ മുഖംകാട്ടി. ഓളപ്പരപ്പിലെ സമർപ്പിതയാമങ്ങൾ വടിവിയറ്റിയ ശരീരം. ഗ്രീസിലെ വെണ്ണക്കൽ പ്രതിമകളെ ഓർമ്മിപ്പിക്കുന്ന പുരുഷരൂപം. എം ജിഎമ്മിനു തെറ്റിയില്ല. വെസ്മൂളർ പ്രേക്ഷകരുടെ വികാരങ്ങളെ ഭരിച്ചു. ചിത്രങ്ങൾ തകർത്തുവാരി. *ഗ്ലോറിഫയിങ് ദ അമേരിക്കൻ ഗേളാ*യിരുന്നു (1929) ആദ്യചിത്രം. *ടാർസൻ ആന്റ് ദ മെർമെയ്ഡ്സ്* (1948) അവസാനത്തേതും. എഴുപതുകളുടെ അവസാനത്തോടെ അദ്ദേഹം ഹൃദ്രോഗിയായി. ഒടുവിൽ 1984 ജനുവരി 20ന് അഭ്രപാളികളുടെ ലോകത്തിന്, ഓളപ്പരപ്പിലെ മത്സര മുഹൂർത്തങ്ങൾക്ക്, രോമാഞ്ചമുണർത്തുന്ന ഒരുപിടി ഓർമ്മകൾ ബാക്കിയാക്കിയിട്ട് വെസ്മൂളർ പോയി.

നീന്തൽക്കുളം വെസ്മൂളർ ഭരിച്ചപ്പോൾ ആൽബർട്ട് ബെറ്റ് എന്ന മറ്റൊരു അമേരിക്കക്കാരൻ ഇരട്ടസ്വർണ്ണത്തോടെ ഡൈവിങ്ങിൽ ആധിപത്യം ഉറപ്പിച്ചു. ടെന്നീസ്റാണിയായി വിഹരിച്ചിരുന്ന സൂസന്ന ലെങ്ലെനെ ആ സ്ഥാനത്തുനിന്നു പിടിച്ചിറക്കി ഹെലൻ വിൽസ് ചാമ്പ്യൻ പട്ടം സ്വന്തമാക്കി. ആന്റ്വെർപ്പിൽ യാട്ടിങ് എട്ടുമീറ്റർ ക്ലാസിൽ ജേതാക്കളായ അച്ഛൻ അഗസ്റ്റസ് റിങ്വാൾഡും മകൻ റിങ്വാൾഡ് ജൂനിയറും പാരീസിലും വിജയം ആവർത്തിച്ചു. മോണോക്കോയിലെ ഗ്രേസ് രാജകുമാരിയുടെ പിതാവ് ജോൺകെല്ലിയും കഴിഞ്ഞ ഗെയിംസിൽ തോണിതുഴയലിൽ നേടിയ സ്വർണ്ണം നിലനിർത്തി. ഫുട്ബോളിൽ അമേരിക്കൻ ടീമായ യുറുഗ്വായ് ആദ്യമായി സ്വർണ്ണം നേടിയതും പാരീസിലാണ്. ഒളിമ്പിക് മത്സരങ്ങൾ പുനരുജ്ജീവിപ്പിക്കുകയും ഏഴു മേളകൾ വിജയകരമായി സംഘടിപ്പിക്കുകയും ചെയ്ത ക്യൂബർതിൻ പ്രഭു രണ്ടാം പാരീസ് ഗെയിംസോടെ ഒളിമ്പിക് സമിതി അധ്യക്ഷസ്ഥാനം വിട്ടൊഴിഞ്ഞു.

മെഡൽനില

1.	അമേരിക്ക	45	27	27
2.	ഫിൻലൻഡ്	14	13	10
3.	ഫ്രാൻസ്	13	15	10
4.	ബ്രിട്ടൻ	9	13	12
5.	ഇറ്റലി	8	3	5
6.	സ്വിറ്റ്സർലൻഡ്	7	8	10
7.	നോർവെ	5	2	3
8.	സ്വീഡൻ	4	13	12
9.	ഹോളണ്ട്	4	1	5
10.	ബൽജിയം	3	7	3

11

ട്രാക്കിൽ വനിതകൾ തുടങ്ങുന്നു ഹോക്കിയിൽ ഇന്ത്യയും

ആയിരത്തി തൊള്ളായിരത്തി ഇരുപത്തിയെട്ടിൽ ആംസ്റ്റർഡാമിൽ നടന്ന ഒമ്പതാം ഒളിമ്പിക്സിന് ഒട്ടേറെ പ്രത്യേകതകൾ ഉണ്ടായിരുന്നു. ഒളിമ്പിക്സിന്റെ ഗ്ലാമർ ഇനമായ അത്‌ലറ്റിക്സ് വനിതകൾക്കായി തുറന്നുകൊടുത്തു. ജയ്പാൽസിങ്ങിന്റെ നേതൃത്വത്തിൽ ഇന്ത്യ ആദ്യത്തെ ഹോക്കി സ്വർണ്ണം നേടിയതും 1912-നു ശേഷം ജർമ്മനി മത്സരവേദിയിൽ തിരിച്ചെത്തിയതും ഈ ഡച്ച് നഗരിയിലാണ്. അമേരിക്കക്ക് അത്‌ലറ്റിക്സിൽ പരാജയങ്ങൾ പലതും ഏൽക്കേണ്ടിയും വന്നു.

ഉദ്ഘാടനചടങ്ങിൽ കൊളുത്തുന്ന ഒളിമ്പിക്സ് ദീപം ഒരു കെടാവിളക്കായി കാത്തുസൂക്ഷിക്കുന്ന ഏർപ്പാട് ഇവിടെ തുടങ്ങി. ദിവ്യജ്യോതി സ്ഥാപിക്കാനായി നിർമ്മിച്ച വലിയ സ്തൂപം ഒരു ചരിത്രസംഭവവുമായി. തുടർന്നുണ്ടായ എല്ലാ ഒളിമ്പിക്സ് ഉദ്ഘാടനവേളകളിലും ഇത് ആവർത്തിക്കപ്പെടുന്നു. അതുവരെ വെറും 'ഒളിമ്പിക്സായി'രുന്നെങ്കിൽ ആംസ്റ്റർഡാം ഗെയിംസിന് പ്രഥമ 'സമ്മർ ഒളിമ്പിക്സ്' എന്ന വിശേഷണമുണ്ടായി. 1928-നുശേഷം എല്ലാ ഒളിമ്പിക്സ് മത്സരങ്ങളെയും വിന്റർ–സമ്മർ ഒളിമ്പിക്സായി വേർതിരിച്ചിരിക്കുന്നു.

46 രാജ്യങ്ങളെ പ്രതിനിധീകരിച്ച് 277 സ്ത്രീകളടക്കം 2883 കായികതാരങ്ങൾ മാറ്റുരച്ചപ്പോൾ 28 രാജ്യങ്ങൾ മെഡൽപട്ടികയിൽ സ്ഥാനം കണ്ടു. മൊത്തം സ്വർണ്ണമെഡലുകളിൽ അമേരിക്കക്ക് (22) ഒന്നാം സ്ഥാനം നിലനിർത്താനായെങ്കിലും അത്‌ലറ്റിക്സിൽ വൻതിരിച്ചടിയാണ് നേരിട്ടത്. ഇതിൽ ഒരേയൊരു മെഡലിന്റെ വ്യത്യാസത്തിലാണ് അവർ ഫിൻലൻഡിനെ പിന്തള്ളിയത്. ചരിത്രത്തിലാദ്യമായി പുരുഷൻമാരുടെ

ആംസ്റ്റർഡാമിൽ വനിതകളുടെ 800 മീറ്റർ ഓട്ടത്തിന്റെ സ്റ്റാർട്ട്

100, 200 മീറ്റർ ഓട്ടപ്പന്തയങ്ങളിലെ വിജയികൾ കയറിനിന്ന പടവുകളിലൊന്നും തന്നെ അമേരിക്കക്കാർ ഉണ്ടായില്ല. കാനഡയുടെ പെഴ്സി വില്യംസ് ആയിരുന്നു വേഗതയുടെ രാജകുമാരനായത്. വാൻക്രൂവറിൽ കോളേജ് വിദ്യാർത്ഥിയായ ഇരുപതുകാരൻ വില്യംസ് 100 മീറ്ററിൽ 10.8 സെക്കന്റോടെ ഒളിമ്പിക് റെക്കോർഡ് പുതുക്കുകയും ആ വിജയം ആകസ്മികമല്ലെന്ന് തെളിയിച്ചുകൊണ്ട് 200 മീറ്റർ വെട്ടിപ്പിടിക്കുകയുമുണ്ടായി. 100 മീറ്ററിൽ പുരുഷൻമാർ വരുത്തിവച്ച നാണക്കേട് കഴുകിക്കളഞ്ഞ് വനിതകളിൽ എലിസബത്ത് റോബിൻസൺ അമേരിക്കയുടെ സ്പ്രിന്റ് റാണിയായി.

വനിതാ അത്‌ലറ്റിക്സിൽ കാനഡക്കായിരുന്നു ആധിപത്യം. ചലച്ചിത്രതാരത്തിന്റെ അഴകും ശാരീരിക വടിവുകളും കായികതാരത്തിന്റെ ഊർജ്ജസ്വലതയുമായി പിറ്റിലിറങ്ങിയ കാനഡക്കാരി ഇഥേൽ കാതർവുഡ് 1.59 മീറ്റർ കീഴടക്കി, ലോകറെക്കോർഡോടെ തങ്കമുദ്ര നേടി. കളിക്കളത്തിൽവച്ച് കണ്ടെത്തിയ അമേരിക്കയുടെ ഹൈജമ്പ്, ഡെക്കാത്‌ലൺ ചാമ്പ്യനായ ഹാരോൾഡ് ഓസ്ബോൺ കാതർവുഡിനെ ജീവിതസഖിയാക്കി. ആദ്യത്തെ ഒളിമ്പിക്സ് ദമ്പതികളാകാനുള്ള കനകാവസരം ഉണ്ടായതും ഇവർക്കുതന്നെ.

കഴിഞ്ഞ രണ്ട് ഒളിമ്പിക്സിലും മികവുകാട്ടിയ പാവൊ നൂർമി ആംസ്റ്റർഡാമിലും തിളങ്ങുകയുണ്ടായി. 10000 മീറ്ററിൽ 30 മിനിറ്റ് 18.8 സെക്കന്റിന്റെ റെക്കോർഡു സൃഷ്ടിച്ച നൂർമിക്ക് 5000 മീറ്ററിൽ

സുഹൃത്തും പാരമ്പര്യവൈരിയുമായ വില്ലിറിറ്റോളയ്ക്ക് പിന്നിൽ രണ്ടാം സ്ഥാനത്തേക്കിറങ്ങേണ്ടിവന്നു. അങ്ങനെ ആംസ്റ്റർഡാമിൽ നൂർമിയുടെ യുഗം അവസാനിച്ചു. മൂന്ന് ഒളിമ്പിക്സിലായി ഈ 'പറക്കും ഫിൻ' നേടിയതെത്രയെന്നോ-ഒൻപത് സ്വർണ്ണം, മൂന്ന് വെള്ളി.

1500 മീറ്ററിൽ ഫിൻലൻഡിന്റെ ഹാരിലാർവ എന്ന വിദ്യാർത്ഥി റെക്കോർഡോടെ സ്വർണ്ണം (3:53:2) നേടിയതായിരുന്നു മറ്റൊരു ശ്രദ്ധേയമായ പ്രകടനം. 800 മീറ്ററിൽ നിലവിലെ ചാമ്പ്യനായ ബ്രിട്ടന്റെ ഡഗ്ളസ് ലോവ് റെക്കോർഡ് സമയത്തോടെ (1:51:8) കിരീടം നിലനിർത്തി.

ട്രിപ്പിൾജമ്പിന്റെ ചരിത്രത്തിൽ ഒരു മെഡൽ ആദ്യമായി ഏഷ്യൻ വൻകരയിലെത്തി. 15.21 മീറ്റർ ദൂരം കുറിച്ച ജപ്പാൻകാരൻ മിക്കിയോ ദാഡയാണ് ആ ബഹുമതിക്കർഹനായത്.

ഇന്ത്യ എന്നാൽ ഒളിമ്പിക്സിനെ സംബന്ധിച്ചിടത്തോളം ഹോക്കി എന്നാണർത്ഥം. കൊളോണിയൽ വാഴ്ച മൂലം ലഭിച്ചതാണെങ്കിലും ഈ കായികവിനോദത്തിന്റെ കാര്യത്തിൽ യൂറോപ്പിനെ അതിജയിക്കാൻ നമുക്ക് കഴിഞ്ഞു. ആംസ്റ്റർഡാമിൽ കണ്ണഞ്ചിക്കുന്ന സ്റ്റിക് വർക്കുമായി കളത്തിലിറങ്ങിയ ഇന്ത്യാക്കാർ ഏവർക്കും അത്ഭുതമായിരുന്നു. 'ആഭിചാരത്തിന്റെ നാടായ' ഇന്ത്യയിൽ നിന്നുവന്ന കുട്ടികൾ നേടിയ വിജയം മറ്റേതോ ആഭിചാരമാണെന്നുപോലും അവരിൽ പലരും ധരിച്ചുവശായി. കാന്തത്തിൽ ഒട്ടിയിരിക്കുന്ന ലോഹക്കഷണം പോലെ പന്ത് ധ്യാൻചന്ദിന്റെ വടിയിൽ ഒട്ടിയിരുന്നു. ആസ്ട്രേലിയയെ 6-0 നും ആതിഥേയരായ ഹോളണ്ടിനെ (നെതർലൻഡ്സ്) 3-0 നു തോൽപ്പിച്ചതുൾപ്പെടെ ഇന്ത്യ ഒന്നുപോലും വഴങ്ങാതെ 28 ഗോളടിച്ചു. ഇന്ത്യൻ ഹോക്കിയുടെ സുവർണ്ണദശയുടെ ആരംഭമായിരുന്നു അത്. ഇന്ത്യൻ ഉപഭൂഖണ്ഡത്തിൽ നിന്ന് അടർത്തിമാറ്റപ്പെട്ട പാക്കിസ്ഥാൻ രംഗത്ത് എത്തുംവരെ ഇന്ത്യൻ ആധിപത്യം തുടർന്നു. ഒടുവിൽ 1960 ലെ റോം ഒളിമ്പിക്സിൽ പാക്കിസ്ഥാന്റെ പക്കൽ നിന്നേറ്റ പരാജയം ഇന്ത്യൻ ഹോക്കിയുടെ ജൈത്രയാത്രയ്ക്ക് തടയിട്ടു.

ആംസ്റ്റർഡാം 1928

17.5.1928 - 12.8.1928

ആതിഥേയരാജ്യം	: ഹോളണ്ട്
രാജ്യങ്ങൾ	: 46
താരങ്ങൾ	: 2883 (പുരു 2606 + സ്ത്രീ 277)
ആകെ ഇനം	: 109 (14)
ഉദ്ഘാടനം	: ഹെൻഡ്രിക് രാജകുമാരൻ
പ്രതിജ്ഞ	: ഹെൻറിഡെനിസ് (ഫുട്ബോൾ)

സ്വന്തം നാട്ടുകാരുടെ മുന്നിൽ ഏറ്റവും വിസ്മയപ്രകടനം കാഴ്ച വച്ച ചാൾസ് ഫെർഡിനൻസ് എന്ന ഡച്ചുകാരൻ ലഫ്റ്റനന്റ് അശ്വാഭ്യാസം ഷോ ജമ്പിങ്ങിൽ സ്വർണ്ണം നിലനിർത്തി. നാൽപത്തിരണ്ടാം വയസിൽ തന്റെ ആറാമത്തെ ഒളിമ്പിക്സിനെത്തിയ ഫ്രഞ്ചുകാരൻ ലൂഷിയാൻ ഗാർഡിൻ വ്യക്തിഗത ഫെൻസിങ്ങിൽ രണ്ട് സ്വർണ്ണമെഡൽ നേടി. 1920, 24, 28 ഒളിമ്പിക്സുകളിൽ നിന്നായി ലൂഷിയാന്റെ സമ്പാദ്യം ആറ് സ്വർണ്ണവും രണ്ട് വെള്ളിമെഡലുകളുമായി. പാരീസിലെ വിജയം ആവർത്തിച്ച യുറുഗ്വായ് ഫുട്ബോളിൽ മേധാവിത്വം നിലനിർത്തി.

പോയിന്റ് നിലവാരവും മെഡൽനിലയും കാണികൾക്ക് നേരിട്ടു കണ്ട് മനസ്സിലാക്കുന്നതിന് ആംസ്റ്റർഡാമിൽ പടുകൂറ്റൻ സ്കോർ ബോർഡ് സ്ഥാപിച്ചിരുന്നു. ഇന്നിപ്പോൾ ഇലക്ട്രോണിക് സ്കോർ ബോർഡിൽ ചില ഇനങ്ങളുടെ ക്ലോസ്ഡ് സർക്യൂട്ട് ടെലിവിഷൻ ദൃശ്യം വരെ കാണാമെന്നായിട്ടുണ്ട്. അന്തർദേശീയ പരിവേഷം ആദ്യമായി കൈവന്ന ഒളിമ്പിക്സുമാണിത്.

മെഡൽനില

1.	അമേരിക്ക	22	18	16
2.	ജർമ്മനി	10	7	14
3.	ഫിൻലൻഡ്	8	8	9
4.	സ്വീഡൻ	7	6	12
5.	ഇറ്റലി	7	5	7
6.	സ്വിറ്റ്സർലൻഡ്	7	4	4
7.	ഫ്രാൻസ്	6	10	5
8.	ഹോളണ്ട്	6	9	4
9.	ഹംഗറി	4	5	0
10.	കാനഡ	4	4	7
27.	**ഇന്ത്യ**	**1**	**0**	**0**

12

മാലാഖമാരുടെ നഗരിയിൽ റാണിയായി ഡിഡ്രിക്സൺ

പതിനാറുദിവസം മാത്രം നീണ്ടുനിന്ന മേള അതായിരുന്നു കാലിഫോർണിയയിലെ ലോസ് ആഞ്ചലസിൽ നടന്ന പത്താം ഒളിമ്പിക്സ്. അതിനുശേഷം 15 മുതൽ 18 വരെ ദിവസങ്ങൾ മാത്രമേ ഒളിമ്പിക് മേളകൾ നടത്തപ്പെട്ടുള്ളൂ. വിജയികളെ ആദ്യമായി 'വിക്ടറി സ്റ്റാന്റിൽ' നിർത്തി ആദരിച്ചത് ഇവിടെയാണ്. അതോടൊപ്പം ജേതാക്കളായവരുടെ രാജ്യത്തിന്റെ പതാക ഉയർത്താനും ദേശീയഗാനം ആലപിക്കാനും തുടങ്ങി. ഒളിമ്പിക് പ്രസ്ഥാനത്തിന്റെ ആത്മസത്ത കണ്ടറിഞ്ഞ് കറുത്ത, വെളുത്തതൊലി ഭേദമെന്യേ എല്ലാ ദേശക്കാർക്കും ഒരു കുടക്കീഴിൽ തണൽ നൽകുന്ന 'ഒളിമ്പിക് വില്ലേജ്' എന്ന ആശയം ഉടലെടുത്തതും ലോസ് ആഞ്ചലസിലാണ്. ഓട്ടോമാറ്റിക് ടൈമിങ് സംവിധാനവും മത്സരം കഴിയുന്ന മുറയ്ക്ക് മെഡൽദാനം നടത്തുന്ന രീതിയും നിലവിൽവന്നു. ഒരു രാജ്യത്തു നിന്ന് ഒരിനത്തിൽ പങ്കെടുക്കുന്നവരുടെ എണ്ണം മൂന്നായി ചുരുക്കുകയും ചെയ്തു.

ഇതൊക്കെയാണെങ്കിലും കാലിഫോർണിയയിൽ മാത്രം 700,000 പേർക്ക് തൊഴിൽ നഷ്ടപ്പെട്ട വാൾസ്ട്രീറ്റ് തകർച്ച അടക്കമുള്ള 1929-ലെ സാമ്പത്തിക പ്രതിസന്ധി ഒളിമ്പിക്സിനെയും കയറിപ്പിടിച്ചിരുന്നു. ഒളിമ്പിക്സ് നടത്തിത്തീർക്കാൻ ആകാതെവരുമെന്നും ചെലവഴിച്ച പണം നഷ്ടമാകുമെന്നും അതിലൂടെ ദേശീയ അപമാനം വാങ്ങിക്കെട്ടുമെന്നും അമേരിക്കൻ ജനത ഭയന്നു. എന്നാൽ ഏത് പ്രതിസന്ധിയിലും ഉരുക്കുമനസ്സുമായി പ്രവർത്തിച്ച പത്താമത് ഒളിമ്പിക്മേളയുടെ സംഘാടകസമിതി സെക്രട്ടറി വില്യം മേഗാർലൻഡിന്റെ ദൃഢനിശ്ചയമൊന്നു മാത്ര

ലോസ് ആഞ്ചലസിൽ വനിതകളുടെ ഹർഡിൽസ് മത്സരം

മായിരുന്നു ലോസ് ആഞ്ചലസ് ഒളിമ്പിക്സ് യാഥാർത്ഥ്യമാക്കിയതും അമേരിക്കൻ ജനതയുടെ അഭിമാനം കാത്തുസൂക്ഷിച്ചതും.

1932 ജൂലൈ 30 മുതൽ ആഗസ്റ്റ് 14 വരെ നടന്ന മത്സരങ്ങളിൽ 37 രാജ്യങ്ങളിൽ നിന്നായി 1408 കായികതാരങ്ങൾ പങ്കെടുത്തു. 127 വനിതകളും ഇതിൽപ്പെടും. 15 സ്പോർട്സ് ഇനങ്ങളിലായി 126 മത്സരങ്ങൾ ഉണ്ടായിരുന്നു.

ഇരുപതുകളിൽ നേരിട്ട തകർച്ചകളെ തൂത്തുമാറ്റി, അപ്രതിരോധ്യവും അവിശ്വസനീയവുമായ തിരിച്ചുവരവാണ് അമേരിക്ക സ്വന്തം മണ്ണിൽ ആഘോഷിച്ചത്. അത്‌ലറ്റിക്സിൽ അത്ഭുതാവഹമായ പ്രകടനങ്ങളായിരുന്നവിടെ. 19 ലോകറെക്കോർഡും 31 ഒളിമ്പിക് റെക്കോർഡും മനോഹരമായ 'മെമ്മോറിയൽ കൊളീസിയത്തിൽ' തകർന്നു വീണു. വാസ്തുശിൽപ്പ വിദഗ്ധരായ ജോൺഡൊണാൾഡ് പാർക്കിൻസൺ സഹോദരൻമാരാണ് 101000 പേരെ ഉൾക്കൊള്ളാവുന്ന ഈ വിശാലമായ കളിക്കളം നിർമ്മിച്ചത്. ചൈനയും കൊളംബിയയും ആദ്യമായി ഒളിമ്പിക്സിനെത്തിയതും ഇവിടെയാണ്. അമേരിക്കയെ 24-1 എന്ന ലോകറെക്കോർഡ് സ്കോറിന് തോൽപ്പിച്ച് സ്വർണ്ണം നിലനിർത്തിയ ഇന്ത്യൻ ഹോക്കിടീമായിരുന്നു മറ്റൊരു ആകർഷകത്വം.

എല്ലാ ശ്രദ്ധയും പിടിച്ചുപറ്റിയ ട്രാക്ക് ആന്റ് ഫീൽഡിൽ പുരുഷ വിഭാഗത്തിൽ 23-ൽ 11 കിരീടവും അമേരിക്ക വെട്ടിപ്പിടിച്ചു. വനിതകളിൽ ആറിൽ അഞ്ചും അവർക്കുതന്നെയായിരുന്നു. അമേരിക്കയിൽ സ്ഥിരതാമസമാക്കിയിരുന്ന പോളണ്ടുകാരി സ്റ്റാൻലസ്‌ലാവ വിലാസ്‌വിറ്റ

അവസാന നിമിഷം മാതൃരാജ്യത്തിന്റെ കുപ്പായമണിയാൻ തയ്യാറായ തുകൊണ്ടു മാത്രമാണ് ആതിഥേയർക്ക് അവസാന മെഡലിന് അവകാശമില്ലാതായത്. വനിതാകായികരംഗത്തെ എക്കാലത്തെയും മികച്ച താരമായി ഒരു അമേരിക്കൻ വനിതതന്നെ അവരോധിക്കപ്പെടുന്നത് കാണുവാനുള്ള ഭാഗ്യവും ഇവിടെ കാണികൾക്കുണ്ടായി. അമേരിക്കയുടെ യശസ്സിൽ പുതിയ തൂവലുകൾ തുന്നിച്ചേർത്ത ഗെയിംസിലെ റാണി മിൽഡ്രഡ് ബേബ് ഡിഡ്രിക്സനായിരുന്നു. ബേബ് ഡിഡ്രിക്സൺ എന്നാണവർ അറിയപ്പെട്ടിരുന്നത്. ഓൾറൗണ്ട് അത്‌ലറ്റ് എന്ന നമ്മുടെ എല്ലാ സങ്കൽപ്പങ്ങൾക്കും അപ്പുറത്തായിരുന്നു ബേബ്, ഏത് ഇനത്തിൽ പങ്കെടുത്താലും ബേബിന് വിജയം ഉറപ്പ്. ഒളിമ്പിക്സിൽ മൂന്നിനങ്ങളിലേക്കുമാത്രം തന്നെ 'ഒതുക്കിയ'തിലായിരുന്നു അവർക്ക് എതിർപ്പ്. എന്നാൽ ആ മൂന്നിലും റെക്കോർഡു തീർത്തുകൊണ്ട് വാശിതീർത്തു. 80 മീറ്റർ ഹർഡിൽസ് 11.7 സെക്കൻഡ്. ജാവലിൻ 43 മീറ്റർ 68 സെ.മീ ഹൈജമ്പിൽ 1.65 മീറ്റർ താണ്ടി അമേരിക്കയുടെ തന്നെ ജീൻഷെലിയോടൊപ്പം ലോകറെക്കോർഡിന്റെ സംയുക്താവകാശിയായി, ഒന്നാം സ്ഥാനവും പങ്കിട്ടു. ബേബ് രണ്ട് സെന്റീമീറ്റർ കൂടി ചാടിയെങ്കിലും അത് ഫൗളായി.

ഒളിമ്പിക്സ് വേദിയിൽ സ്വപ്നംവിതയ്ക്കുന്ന പേരാണ് ബേബ് ഡിഡ്രിക്സന്റേത്. യു എസിലെ പോർട്ട് ആർതറിൽ ജനിച്ച അവർ അത്‌ലറ്റിക്സിൽ എത്തിയത് വളരെ വൈകിയാണ്. അതുവരെ കളിച്ചതാകട്ടെ ബാസ്കറ്റ് ബോളും മറ്റും. എന്നാൽ ലോസ് ആഞ്ചലസ് ഒളിമ്പിക്സിനു മുമ്പുള്ള യു എസ് ട്രയൽസിൽ ഡള്ളസിന്റെ കാഷ്വാലിറ്റി ഇൻഷ്വറൻസ് കമ്പനിയെ പ്രതിനിധീകരിച്ചെത്തിയ ആ ടൈപ്പിസ്റ്റ് ആകെയുള്ള പത്തിനങ്ങളിൽ എട്ടിലും മത്സരിച്ച് ആറിലും പ്രഥമസ്ഥാനം നേടിയപ്പോൾ എല്ലാവർക്കും അത്ഭുതംകൂറുന്ന ആദരവായിരുന്നു. ഒളിമ്പിക്സ് വിജയത്തിനുശേഷം പുരുഷൻമാരോടൊപ്പം ബേസ്ബോൾ ടീമംഗമായി പര്യടനത്തിനു പുറപ്പെട്ട ബേബ്, താമസിയാതെ ഗോൾഫ് കോഴ്സിലുമെത്തി, മികച്ച ഗോൾഫ് താരമെന്ന ബഹുമതിയും നേടിയെടുത്തു. ഗുസ്തിക്കാരനായ ഭർത്താവ് ജോർജ് സഹാരിയസായിരുന്നു എല്ലാറ്റിനും പ്രചോദനം. ക്യാൻസർ രോഗത്തിനു കീഴ്പ്പെട്ട ബേബ് 1956 സെപ്റ്റംബർ 17-ന് മരിച്ചു.

100 മീറ്റർ പന്തയത്തിൽ കാലുകളെ ചിറകുകളാക്കിക്കൊണ്ട് കുതിച്ചു പാഞ്ഞ തോമസ് എഡ്ഡി ടോലൻ എന്ന കറുത്ത ചെറുപ്പക്കാരൻ 10.3 സെക്കന്റിൽ ഒളിമ്പിക് റെക്കോർഡ് തിരുത്തിയെഴുതി. തുടർന്ന് 200 മീറ്ററിലും എതിരാളികൾക്ക് പിടികൊടുക്കാതെ ഡബിൾ തികച്ചു. 400-ലും 4 x 400 മീറ്റർ റിലേയിലും വില്യംകാറും ഇരട്ടസ്വർണ്ണത്തിലെത്തി. എന്നാൽ എക്കാലവും അമേരിക്കയുടേത് മാത്രമായിരുന്ന ഹൈജമ്പിൽ കാലിഫോർണിയ സർവ്വകലാശാല വിദ്യാർത്ഥിയായിരുന്ന കാനഡക്കാരൻ ഡങ്കൻ മക്നോട്ടൺ വിസ്മയ വിജയം കൊയ്തു.

ട്രാക്കിലും ഫീൽഡിലും അമേരിക്കൻ മേധാവിത്വമായിരുന്നെങ്കിൽ നീന്തൽക്കുളം ഭരിച്ചത് ജപ്പാൻകാരായിരുന്നു. അത്‌ലറ്റിക്സിലും ജപ്പാൻ മോശമാക്കിയില്ല. അവരുടെ ചുഹെയ്നംബു ട്രിപ്പിൾജമ്പിൽ സ്വർണ്ണം നേടിയപ്പോൾ കെൻ ഓസീഹിയിലൂടെ ഓട്ടുമെഡലും വെങ്കലവും ജപ്പാനിലേക്കു കൊണ്ടുപോയപ്പോൾ മറ്റൊരു മെമ്പറായ ഷുഹെയ് നിഷിദ പോൾ വോൾട്ടിൽ രജതമുദ്രക്കർഹനായി.

ഓളപ്പരപ്പിൽ ജപ്പാന്റെ 14–കാരനായ സ്കൂൾ വിദ്യാർത്ഥി കസാവൊകിതമോറ 1500 മീറ്റർ ഫ്രീസ്റ്റൈലിൽ സ്ഥാപിച്ച 19:12.4 ന്റെ വിശ്വറെക്കോർഡ് നീണ്ട ഇരുപതുവർഷം പോറലേൽക്കാതെ നിലകൊണ്ടു. ലോകനീന്തൽ ചരിത്രത്തിലെ ഏറ്റവും പ്രായം കുറഞ്ഞ ജലരാജനും കിതമോറയായി. പതിനഞ്ചുകാരനായ യസൂജിമിയാസാക്കി 100 മീറ്റർ, 4 x 100 മീറ്റർ സ്വർണ്ണം നേടിയെടുക്കുക കൂടി ചെയ്തതോടെ പൂളിൽ ജാപ്പനീസ് യുവത്വത്തിന്റെ നിലയ്ക്കാത്ത തരംഗമായി. ബാക്ക്സ്ട്രോക്കിലെ മൂന്ന് സ്വർണ്ണവും അവർക്കവകാശപ്പെട്ടതായി.

അതേസമയം പുരുഷൻമാരുടെ 400 മീറ്റർ ഫ്രീസ്റ്റൈൽ അവിസ്മരണീയമായി. ജപ്പാന്റെ തകാഷിയൊക്കെയാമ പ്രാഥമികറൗണ്ടിലും സെമിയിലും ഒളിമ്പിക് റെക്കോർഡ് തിരുത്തിയെങ്കിലും കലാശപ്പോരാട്ടം ഫ്രാൻസിന്റെ ജീൻതീരിസും അമേരിക്കയുടെ ക്ലാരൻസ് ബസ്റ്റർ ക്രാബും തമ്മിലായിരുന്നു. താരീസ് ലീഡു നേടിയെങ്കിലും 300 മീറ്ററായപ്പോൾ ക്രാബ് ഒപ്പമെത്തി. അവസാന 25 മീറ്ററിലെ പൊരിഞ്ഞയുദ്ധം കാണാൻ വേലിതകർത്ത് നീന്തൽക്കുളത്തിന് അരികിൽ വന്നുനിന്നവരിൽ പ്രശസ്തനായ മുൻ ഒളിമ്പ്യനുമുണ്ടായിരുന്നു. സാക്ഷാൽ ജോണിവെസ്മൂളർ എന്ന ടാർസൻ! ഒരു സെക്കന്റിന്റെ പത്തിലൊരംശം വ്യത്യാസത്തിൽ ക്രാബിനെ വിജയം അനുഗ്രഹിച്ചു. അതാകട്ടെ ബസ്റ്റർ ക്രാബിന്റെ ജീവി

ലോസ്ആഞ്ചലസ് 1932

30.7.1932 - 14.8.1932

ആതിഥേയരാജ്യം	:	അമേരിക്ക
രാജ്യങ്ങൾ	:	37
കായികതാരങ്ങൾ	:	1408 (പുരു 1281 + സ്ത്രീ 127)
ആകെ ഇനങ്ങൾ	:	126 (15)
ഉദ്ഘാടനം	:	വൈസ് പ്രസിഡന്റ് ചാൾസ് കർടിസ്
പ്രതിജ്ഞ	:	ജോർജ് കൽനാൻ (വാൾപ്പയറ്റ്)

തവിജയവുമായി. ഹോളിവുഡ് സിനിമാനിർമ്മാതാക്കൾ റാഞ്ചിക്കൊണ്ടു പോയ ക്രാബ് പിന്നീട് നടനെന്ന നിലയിൽ പ്രസിദ്ധനായി. കൂടുതലും വേഷമിട്ടത് ടാർസൻ സിനിമകളിലും. *ബക്ക് റോജേഴ്സും ഫ്ളാഷ് ഗോർഡനും* ക്രാബിന് പ്രശസ്തി നേടിക്കൊടുത്ത ചിത്രങ്ങളാണ്. 1983 ഏപ്രിൽ 23 ന് ബസ്റ്റർ ക്രാബ് കഥാവശേഷനായി.

ഏറ്റവും ജനകീയവിനോദമായ ഫുട്ബോളിന് അമേരിക്കൻ വൻകരയിൽ വേരുകളില്ലാത്തതിനാൽ ലോസ് ആഞ്ചലസ് ഒളിമ്പിക്സിന് ഒരു പ്രധാന ആകർഷണം ഇല്ലാതെ പോയി. ഫുട്ബോളിന് പകരമായി അരങ്ങേറിയത് മലകയറ്റമായിരുന്നു.

ഹോക്കിയോ? എന്താണത്?- അപ്രതീക്ഷിതമായിരുന്നു ആ ചോദ്യം. അതോടെ സഹായം തേടിയെത്തിയ ഹോക്കി സംഘടനാ ഭാരവാഹികൾക്ക് ഉത്തരം മുട്ടി. ചോദ്യകർത്താവിനെ അറിയേണ്ടെ? മഹാത്മാഗാന്ധി. 1928-ൽ ആംസ്റ്റർഡാമിൽ ആദ്യം പങ്കെടുത്തപ്പോൾ തന്നെ സ്വർണ്ണം നേടിയ ഹോക്കി ടീമിനെ അത് നിലനിർത്താനായി ലോസ് ആഞ്ചലസിലേക്ക് അയച്ചേപറ്റൂ. പക്ഷേ, ടീമിനെ അയക്കാൻ പണമില്ല. ഭാരവാഹികൾ മഹാത്മജിയുടെ സഹായം തേടാനുറച്ചു. മഹാത്മജി അഭ്യർത്ഥിച്ചാൽ ജനങ്ങൾ മടികൂടാതെ സംഭാവന നൽകുമെന്ന് അവർക്കറിയാം. പക്ഷേ മഹാത്മജിയുടെ പ്രതികരണം അവരെ തളർത്തിക്കളഞ്ഞു.

എങ്കിലും ഹോക്കിടീം ലോസ് ആഞ്ചലസിലേക്ക് പോവുകയും റെക്കോർഡ് ജയത്തോടെ കിരീടം നിലനിർത്തുകയുമുണ്ടായി. മൂന്ന് ടീമുകളേ പങ്കെടുത്തുള്ളൂ. ഇന്ത്യക്ക് പുറമെ അമേരിക്കയും ജപ്പാനും. ഒന്നിനെതിരെ ഇരുപത്തിനാല് ഗോളിന് ആതിഥേയരെ കൂട്ടക്കൊല ചെയ്ത

മെഡൽനില

1.	അമേരിക്ക	41	32	30
2.	ഇറ്റലി	12	12	12
3.	ഫ്രാൻസ്	10	5	4
4.	സ്വീഡൻ	9	5	9
5.	ജപ്പാൻ	7	7	4
6.	ഹംഗറി	6	4	5
7.	ഫിൻലൻഡ്	5	8	12
8.	ബ്രിട്ടൻ	4	7	5
9.	ജർമ്മനി	3	12	5
10.	ആസ്ട്രേലിയ	3	1	1
19.	**ഇന്ത്യ**	**1**	**0**	**0**

പ്പോൾ രൂപ്സിങ്ങിന്റെ സ്റ്റിക്കിൽ പിറന്നത് പത്ത് എണ്ണം. സഹോദരൻ ധ്യാൻചന്ദിന്റെ വക എട്ടെണ്ണവും. ജപ്പാനെ തോൽപ്പിച്ചതാകട്ടെ 11-1-നായിരുന്നു.

നീണ്ട ഓട്ടപ്പന്തയങ്ങളുടെ ചക്രവർത്തിയായ പാവൊ നൂർമിയുടെ ഏറ്റവും വലിയ മോഹം പൂവണിയാതെ, ആ വലിയ ഹൃദയത്തിൽ തേങ്ങലുകൾ ഉയർത്തിക്കൊണ്ടായിരുന്നു ലോസ് ആഞ്ചലസിൽ പത്താം ഒളിമ്പിക്സിന്റെ തിരിയണഞ്ഞത്. തനിക്ക് ഇനിയും സാക്ഷാത്കരിക്കാനാവാത്ത മാരത്തോണിലെ കിരീടം തേടി മാലാഖമാരുടെ നഗരത്തിലിറങ്ങിയ വിശ്രുതനായ നൂർമി, അമേച്ചർ നിയമം ലംഘിച്ചുവെന്ന ആരോപണത്തെത്തുടർന്ന് അനഭിമതനാക്കപ്പെട്ടു. ഒടുവിൽ അർജന്റീനക്കാരൻ യുവാൻ സബാല സ്വർണ്ണം നേടുന്നത് നിറകണ്ണുകളോടെ ഗ്യാലറിയിലിരുന്ന് അദ്ദേഹത്തിന് കാണേണ്ടിവന്നു.

13

ഓവൻസിന്റെ കുതിപ്പ് ലുസ് ലോങ്ങിന്റെ മഹിമ

100 മീറ്റർ ഓട്ടം	:	10.3 സെക്കന്റ്
200 മീറ്റർ ഓട്ടം	:	20.7 സെക്കന്റ് (ഒളിമ്പിക് റെക്കോർഡ്)
ലോങ്ജമ്പ്	:	8.06 മീറ്റർ – 26 അടി 5 1/2 ഇഞ്ച് (ഒളിമ്പിക് റെക്കോർഡ്)
4 X 100 മീറ്റർ റിലേ	:	39.8 സെക്കന്റ് (ലോക റെക്കോർഡ്)

ആയിരത്തി തൊള്ളായിരത്തി മുപ്പത്തിരണ്ടിലെ ബർലിൻ ഒളിമ്പിക്സിൽ നാസി ജർമ്മനിയുടെ ദുഷ്ടലാക്കുകൾക്ക് മാന്യതയുടെ പരിവേഷമണിയിക്കാനും ആര്യവംശമേന്മയെന്ന തന്റെ സിദ്ധാന്തത്തെ ഉയർത്തിക്കെട്ടാനുമുള്ള അഡോൾഫ് ഹിറ്റ്ലറുടെ ഗൂഢശ്രമങ്ങൾക്ക് കനത്ത പ്രഹരമേൽപ്പിച്ച ജെയിംസ് ക്ലീവ്ലാൻഡ് ഓവൻസ് എന്ന ഒരേയൊരു ജെസ്സി ഓവൻസിന്റെ അസുലഭനേട്ടം ചരിത്രത്താളുകളെ ഇങ്ങനെ അലങ്കരിക്കുന്നു. നാസി മേധാവിത്തത്തിന്റെ വിങ്ങുന്ന ശാന്തതയിൽ കഴിയുന്ന ജർമ്മൻ ജനത സംതൃപ്തരാണെന്നു വരുത്തിത്തീർക്കാനും ലോകം മുഴുവൻ തന്റെ സ്വേച്ഛാധിപത്യത്തെ അംഗീകരിക്കുന്നുവെന്നു കാണിച്ചുകൊടുക്കാനും ആയിരുന്നു ഹിറ്റ്ലറുടെ പരിപാടി. അതുകൊണ്ടുതന്നെ ഒളിമ്പിക് മേളകളെ സാന്നിദ്ധ്യംകൊണ്ടു ധന്യമാക്കാറുള്ള രാഷ്ട്രത്തലവന്മാരിൽ നിന്നും ഒരുപടികൂടി മുന്നോട്ടുപോയ ചാൻസലർ ബർലിൻ ഒളിമ്പിക്സിൽ ജേതാക്കളെ നേരിട്ടുകണ്ട് അഭിനന്ദിക്കാൻ പ്രത്യേക ചേംബർ തയ്യാറാക്കിയിരുന്നു.

എന്നാൽ ജെസ്സി ഓവൻസ് എന്ന കറുത്ത തൊലിക്കാരൻ സ്വർണ്ണ

മെഡലുകൾ വാരിക്കൂട്ടിയപ്പോൾ സംഭവിച്ചതെന്തായിരുന്നു! തന്റെ മൂക്കിനുതാഴെവച്ച് ഒരു നീഗ്രോ യുവാവ് കൈവരിച്ച പ്രോജ്ജ്വല നേട്ടങ്ങൾക്കു മുമ്പിൽ ആ വിശ്വഭീകരന്റെ സമനില തെറ്റി. മഹാനേട്ടങ്ങളോരോന്നും കീശയിലാക്കിക്കൊണ്ട് ഭരണാധിപന്റെ മഹാമനസ്കതയ്ക്കു മുമ്പിൽ തലകുനിക്കാൻ ഓവൻസ് ചേംബറിന്റെ കവാടത്തിൽ എത്തിയതേയുള്ളു. അതാ, ജേതാവിനെ കൈകൊടുത്തഭിനന്ദിക്കാനുള്ള സാമാന്യമര്യാദപോലും കാണിക്കാതെ, ആഞ്ഞുചവിട്ടി അരിശം അടക്കാനാവാതെ തന്റെ ഇരിപ്പിടമുപേക്ഷിച്ച് നാസി തലവൻ ഒരു കൊടുങ്കാറ്റുപോലെ പുറത്തേക്കുപോയി. ഒളിമ്പിക്സിന്റെ സംഘാടകർ തന്നെ അതിനെ അവഹേളിച്ച നിമിഷമായിരുന്നു അത്. അപ്പോഴായിരുന്നു ഓവൻസിന്റെ നാടായ അമേരിക്ക അടക്കമുള്ള രാജ്യങ്ങൾക്ക് തങ്ങൾ വിഡ്ഢികളാക്കപ്പെട്ട വിവരം ബോധ്യമായത്. എന്നാൽ നാല് ഒളിമ്പിക് സ്വർണ്ണമെഡലുകളുമായി നാട്ടിൽ മടങ്ങിച്ചെന്ന ലോകജേതാവിനെ സ്വാഗതം ചെയ്യാൻപോലും ആളുണ്ടായിരുന്നില്ലെന്നതും ദുഃഖസത്യമായി അവശേഷിക്കുന്നു. അമേരിക്കൻ പ്രസിഡന്റ് ആയിരുന്ന ഫ്രാങ്ക്ലിൻ ഡിലാനൊ റൂസ്‌വെൽറ്റ് ആ അമിതപ്രഭാവവാന് ഒരു അഭിനന്ദനസന്ദേശം കൂടി അയക്കാൻ മെനക്കെട്ടില്ല!

ഹിറ്റ്ലർ ക്രൂരതയുടെ പര്യായമായിരുന്നുവെങ്കിലും ജർമ്മൻകാരൊക്കെ അത്തരക്കാരല്ലെന്നും നന്മയുടെയും ഊഷ്മള സ്നേഹത്തിന്റെയും കണ്ണികൾ പൂർണ്ണമായും അറ്റുപോയിട്ടില്ലെന്നും വ്യക്തമാക്കുന്ന ഒരസുലഭ അവസരം ലോങ്ജമ്പ് പിറ്റിലുണ്ടായി. അതും ഹിറ്റ്ലറെ സാക്ഷി നിർത്തിക്കൊണ്ട്. ലോങ്ജമ്പിൽ ജർമ്മനിയുടെ ലുസ്‌ലോങ്ങും ജെസ്സി ഓവൻസും തമ്മിലായിരുന്നു പ്രധാന പോരാട്ടം. ആദ്യത്തെ രണ്ടുചാട്ടത്തിലും പിഴവുപറ്റിയ പ്രതിയോഗിക്ക് ശരിയായി ചാടേണ്ടതെങ്ങനെയെന്നു കാണിച്ചുകൊടുത്ത ലുസ്‌ലോങ്ങിന് ഓവൻസിന്റെ മൂന്നാമത്തെ ശ്രമത്തിൽ സ്വയം രണ്ടാംസ്ഥാനത്തേക്ക് പിന്മാറേണ്ടിവന്നത് നിർഭാഗ്യമെന്നേ പറയേണ്ടൂ. മത്സരം അവസാനിച്ചശേഷം ജേതാവായ ഓവൻസ് പ്രതികരിച്ചത് ഇങ്ങനെയായിരുന്നു – “എന്റെ ലോങ്ജമ്പ് സ്വർണ്ണം ലുസ്‌ലോങ്ങിനുള്ളതാണ്. എന്റെ സ്റ്റെപ്പുകൾ, അപ്രോച്ച്, ടേക്ക് ഓഫ് എല്ലാം തകരാറിലായിരുന്നു. മൂന്നാമത്തെ അവസരത്തിലും തെറ്റ് ആവർത്തിക്കാതിരിക്കാനുള്ള വിലപ്പെട്ട ഉപദേശം നൽകിയത് അദ്ദേഹമായിരുന്നു. അതപ്പടി പ്രാവർത്തികമാക്കിയ ഞാൻ ഒന്നാമനായി. അദ്ദേഹം രണ്ടാമനും.” കായികരംഗത്ത് അത്യപൂർവ്വമായി മാത്രം കാണാവുന്ന ഈ അനുഭവം വിവരിക്കുമ്പോൾ ഓവൻസിന്റെ കണ്ണുകൾ നിറഞ്ഞൊഴുകുകയായിരുന്നു. അന്ന് ലുസ്‌ലോങ് ഉയർത്തിപ്പിടിച്ച സൗഹൃദത്തിന്റെ പൂച്ചെണ്ടുകൾ ബർലിൻ ഗയിംസിന്റെ എന്നല്ല വിശ്വകായികമേളയിലെത്തന്നെ അവിസ്മരണീയ മുഹൂർത്തങ്ങളിലൊന്നാണ്. രണ്ടാം ലോകമഹായുദ്ധത്തിൽ പങ്കെടുത്ത ലുസ്‌ലോങ്, അന്ന് ഹിറ്റ്ലർക്ക് നൽകാൻ കഴിയാതിരുന്ന സ്വർണ്ണമെഡലിനു പകരം തന്റെ ജീവൻതന്നെ രണഭൂമിയിൽ ബലിയർപ്പിച്ചു.

ആര്യവംശമേന്മയെന്ന ഹിറ്റ്ലറുടെ സിദ്ധാന്തത്തെ അഭിമാനത്തോടെ അപഹസിച്ച് നാല് സ്വർണം നേടിയ ജെസി ഓവൻസിന്റെ 100 മീറ്റർ പോരാട്ടം

1913 സെപ്റ്റംബർ 12–ന് വടക്കൻ അലബാമയിൽ ഓക്ക്‌വില്ലയിലെ ഒരു സാധു നീഗ്രോകുടുംബത്തിലാണ് ഓവൻസ് ജനിച്ചത്. ക്ലീവ്‌ലാൻഡിലെ ജൂനിയർ ഹൈസ്കൂളിലായിരുന്നു ആദ്യകാലവിദ്യാഭ്യാസം. തുടർന്ന് ഒഹിയൊ യൂണിവേഴ്സിറ്റിയിൽ ചേർന്ന ഓവൻസ്, 1935–ൽ മിച്ചിഗൺ

ബർലിൻ 1936

01.08.1936 - 16.8.1936

ആതിഥേയരാജ്യം	:	ജർമ്മനി
രാജ്യങ്ങൾ	:	49
താരങ്ങൾ	:	4006 (പുരു 3678 + സ്ത്രീ 328)
ആകെ ഇനങ്ങൾ	:	147 (20)
ഉദ്ഘാടനം	:	അഡോൾഫ് ഹിറ്റ്ലർ
ഒളിമ്പിക് ദീപം	:	ഫിറ്റ്സ് ഷിൽഗെൻ (അത്‌ലറ്റിക്സ്)
ഒളിമ്പിക് പ്രതിജ്ഞ	:	റുഡോൾഫ് ഇസ്മായർ (ഭാരോദ്വഹനം)

യൂണിവേഴ്സിറ്റിയിൽ നടന്ന ഇന്റർയൂണിവേഴ്സിറ്റി മീറ്റിൽ ലോങ്ജമ്പിൽ ലോകറെക്കോർഡ് സ്ഥാപിച്ചുകൊണ്ടായിരുന്നു കായികലോകത്തിന്റെ ശ്രദ്ധാകേന്ദ്രമായത്.

ബർലിൻ ഒളിമ്പിക്സിലെ പ്രശസ്തിക്ക് ജെസ്സി ഓവൻസിന് ഭക്ഷണമോ പാർപ്പിടമോ നൽകാനായില്ല. ഗതികെട്ടപ്പോൾ പട്ടികൾക്കും മോട്ടോർസൈക്കിളുകൾക്കും കുതിരകൾക്കുമെതിരെ മത്സരിച്ച് ഉപജീവനം തേടാൻ നിർബന്ധിതനായി. വളരെക്കാലത്തിനുശേഷം ബിസിനസ് രംഗത്തേയ്ക്ക് കടന്ന അദ്ദേഹം അവസാന നാളുകളിൽ ചിക്കാഗൊയിൽ ഒരു പബ്ലിക് റിലേഷൻസ് സ്ഥാപനം നടത്തിയിരുന്നു. 1972–ലെ മ്യൂണിക് ഒളിമ്പിക്സിൽ പലസ്തീൻ ഒളിപ്പോരാളികളുടെ കൂട്ടക്കൊലയ്ക്കു വിധേയരായ ഇസ്രായേലി അത്‌ലറ്റുകളുടെ ശവസംസ്കാരചടങ്ങിൽ വിതുമ്പിക്കരഞ്ഞ ജെസ്സി ഓവൻസ്സിന്റെ ചിത്രം ഒരിക്കലും മനസ്സിൽനിന്നു മായുകയില്ല. "ഈ ലോകം എന്റേതാണ്, ഞാൻ ഈ ലോകത്തിന്റെയും"... എന്ന് ഹൃദയംനിറഞ്ഞ സന്തോഷത്തോടെ പറയുമായിരുന്ന ഓവൻസ് എല്ലാവർക്കും എന്നും പ്രിയങ്കരനായിരുന്നു. 1980 മാർച്ച് 31–ന് ശ്വാസകോശ അർബുദംമൂലം 66–ാമത്തെ വയസ്സിൽ കഥാവശേഷനായ ജെസ്സി ഓവൻസ് എല്ലാ അർത്ഥത്തിലും ഏറ്റവും വലിയ അത്‌ലറ്റും ഒളിമ്പ്യൻ ഓൾറൗണ്ടറുമായിരുന്നു. ബർലിനിൽ തന്റെ ഉദാത്തോജ്ജ്വലമായ പ്രകടനംകൊണ്ടും 1976–ലെ മോൺട്രീൽ വരെയുള്ള ഒളിമ്പിക്സുകളെ സാന്നിദ്ധ്യംകൊണ്ടും ധന്യമാക്കിയ മഹാനായ ജെസ്സി ഓവൻസിന്റെ സ്മരണയ്ക്കുമുമ്പിൽ കായികലോകം എന്നും നമിച്ചു നിൽക്കും.

ബർസിൻ ഒളിമ്പിക്സിനെപ്പോലെ രാഷ്ട്രീയ കാരണങ്ങൾക്കുള്ള പ്രചാരണ ഉപാധിയായി സ്പോർട്സിനെ ഇത്രയും ഉപയോഗിച്ച മറ്റൊ

മെഡൽനില

1.	ജർമ്മനി	33	26	30
2.	അമേരിക്ക	24	20	12
3.	ഹംഗറി	10	1	5
4.	ഇറ്റലി	8	9	5
5.	ഫിൻലൻഡ്	7	6	6
6.	ഫ്രാൻസ്	7	6	6
7.	സ്വീഡൻ	6	5	9
8.	ജപ്പാൻ	6	4	8
9.	ഹോളണ്ട്	6	4	7
10.	ബ്രിട്ടൻ	4	7	3
21.	**ഇന്ത്യ**	**1**	**0**	**0**

രവസരമില്ല. ഹിറ്റ്ലറെ സംബന്ധിച്ചിടത്തോളം ലോകയുവത്വത്തിന്റെ സംഗമഭൂമിയായിരുന്നില്ല ബർലിൻ. ഒളിമ്പിക് എംബ്ലം പോലെ സ്വസ്തിക് ചിഹ്നം എവിടെയും പ്രദർശിപ്പിച്ച് ബർലിൻ ഒളിമ്പിക്സിനെ ആര്യൻ ആധിപത്യത്തിന്റെ തെളിവുശാലയാക്കി മാറ്റണം എന്നേ ഹിറ്റ്ലർക്ക് മോഹമുണ്ടായിരുന്നുള്ളു.

ഇതൊക്കെയാണെങ്കിലും മറ്റേതൊരു ഒളിമ്പിക്സിനെക്കാളും മേളക്കൊഴുപ്പ് ബർലിൻ ഗെയിംസിനുണ്ടായിരുന്നു. ഒളിമ്പിയയിൽ നിന്നും ആചാരപ്രകാരം കത്തിച്ചെടുക്കുന്ന ദീപശിഖ യൂറോപ്പിലൂടെ പലപല കായികതാരങ്ങളുടെ കൈമറിഞ്ഞ് ഒളിമ്പിക് വേദിയിൽ കത്തിച്ചുസൂക്ഷിക്കുന്ന ചടങ്ങിന്റെ ആരംഭവും ഇവിടെയാണ് നിലവിൽ വന്നത്. ആ അനുഷ്ഠാനം ഇന്നും തുടരുന്നു. 328 വനിതകളടക്കം 4006 കായികതാരങ്ങൾ ഒരു കായികമേളയിൽ പങ്കെടുക്കാൻ ഒത്തുകൂടിയ ചരിത്രം സൃഷ്ടിച്ചത് ബർലിൻ ഒളിമ്പിക്സിന്റെ ഉദ്ഘാടനവേളയിലായിരുന്നു. 20 സ്പോർട്സ് ഇനങ്ങളും 147 മത്സരങ്ങളും റെക്കോർഡ്ബുക്കിൽ സ്ഥാനംപിടിച്ചു. 49 രാജ്യങ്ങൾ പങ്കെടുത്ത ബർലിൻ ഒളിമ്പിക്സ് 1936 ആഗസ്റ്റ് ഒന്നുമുതൽ 16വരെയായിരുന്നു. അത്‌ലറ്റിക്സിൽ ഫോട്ടോഫിനിഷ് സംവിധാനം വിധിനിർണ്ണയം അനായാസമാക്കി. 12 ലോകറെക്കോർഡുകൾ പുതുക്കിയെഴുതി. അമേരിക്കയെ ഇത്തവണ മെഡൽപട്ടികയിൽ രണ്ടാം സ്ഥാനത്തേയ്ക്ക് പിന്തള്ളിയത് ആതിഥേയരായ ജർമ്മനിയായിരുന്നു. മൂന്നാംസ്ഥാനം ഹംഗറിക്കായിരുന്നു. ഇലക്ട്രോണിക് ഉപകരണങ്ങൾ വിധികർത്താക്കളുടെ സ്ഥാനമേറ്റെടുത്തതോടെ വാൾപ്പയറ്റിലെ ഫലനിർണ്ണയങ്ങളിൽ തർക്കങ്ങൾ ഒഴിവായി. എന്നിട്ടും വിജയികൾ പതിവുപോലെ ഇറ്റലിയും ഫ്രാൻസും തന്നെയായിരുന്നു. സൈക്കിളിങ്ങിൽ ഫ്രാൻസിന്റെ ആധിപത്യം ആവർത്തിച്ചപ്പോൾ അശ്വാഭ്യാസത്തിലും ജിംനാസ്റ്റിക്സിലും മെഡലുകൾ ഏറെയും വാരിയത് ജർമ്മനിയായിരുന്നു. നീന്തൽക്കുളത്തിൽ ജപ്പാൻ മോശമായില്ല. പുതിയ ഇനമായ ഹാൻഡ്ബോളിൽ വിജയംകൊയ്ത ജർമ്മനി ഫുട്ബോളിൽ ആദ്യറൗണ്ടിൽതന്നെ കെട്ടുകെട്ടി. ഓസ്ട്രിയയെ 2–1നു കീഴടക്കി ഇറ്റലി ചാമ്പ്യൻമാരായി. നോർവേക്കായിരുന്നു വെങ്കലം. ജർമ്മനിയെ 8–1 നു തകർത്ത് ഇന്ത്യ ഹോക്കിയിൽ ഹാട്രിക് വിജയമാഘോഷിച്ചു. ആദ്യമായും അവസാനമായും ഇന്ത്യയുടെ വലയിൽ കുടുങ്ങിയ ഏകഗോൾ ജർമ്മനിയുടെ കുർട്ട്വൈസ് നേടിയതായിരുന്നു.

അത്‌ലറ്റിക്സിൽ മൊത്തം 23 സ്വർണ്ണമെഡലുകളിൽ പന്ത്രണ്ടും അമേരിക്കക്കാർ നേടി. ഇതിൽ എട്ടെണ്ണവും കറുത്തനിറക്കാരുടെ സംഭാവനയായിരുന്നു. 1500 മീറ്റർ ഫൈനലിൽ ലോസ് ആഞ്ചലസിൽ മാറ്റുരച്ചവർതന്നെ വീണ്ടും ഏറ്റുമുട്ടിയപ്പോൾ അന്നത്തെ ആദ്യ ആറ് സ്ഥാനക്കാരെയും ഞെട്ടിച്ചുകൊണ്ട് ഏഴാമനായിരുന്ന ന്യൂസിലൻഡിന്റെ ജാക്‌ലപ്ലോക് വിജയപീഠമേറി. 1940–ൽ ലണ്ടനിലെ പ്രസിദ്ധമായ സെന്റ് മേരീസ് ആശുപത്രിയിൽ സർജനായിരിക്കെ കുതിരപ്പുറത്തുനിന്ന് വീണ്

മസ്തിഷ്കത്തിനു പരിക്കുപറ്റിയ ലപ്ലോകിനു കാഴ്ച എന്നേക്കുമായി നഷ്ടമായി. വിധിയുടെ ക്രൂരത അവിടംകൊണ്ടവസാനിച്ചില്ല. 1949 ഡിസംബർ 29–ന് ഒരു വാഹനാപകടത്തിൽപ്പെട്ട് ആ വിശ്വവിജയി അന്ത്യയാത്രയായി. വനിതകളുടെ 100മീറ്റർ പന്തയത്തിൽ നിലവിലെ ചാമ്പ്യൻ സ്റ്റാൻസ്‌ലാവ വിലാസ് വികയെയും ജർമ്മൻ പ്രതീക്ഷയായിരുന്ന കാത്തിക്രൂസിനെയും ഒരുമിച്ച് അട്ടിമറിച്ചുകൊണ്ട് അമേരിക്കയിൽ നിന്നെത്തിയ ഹെലൻ സ്റ്റീഫൻസ് എന്ന വിദ്യാർത്ഥിനി വേഗത്തിന്റെ റാണിയായി. എന്നാൽ ഡിസ്കസിലെയും ജാവലിൻ ത്രോയിലെയും സ്വർണ്ണം നേടിക്കൊണ്ട് ജർമ്മൻകാരികൾ കരുത്തുകാട്ടി. വനിതകളുടെ 4 X 100 മീറ്റർ റിലേയിൽ വിശ്വറെക്കോർഡിനുടമകളായ ജർമ്മനിയുടെ അവസാന ഓട്ടക്കാരി കാത്തി ക്രൂസിന്റെ കൈയിൽനിന്ന് ബാറ്റൺ വഴുതി നിലത്തുവീണത് ജർമ്മൻകാരെ ഒന്നടങ്കം കണ്ണീരിൽ ആഴ്ത്തിയ സംഭവമായി. ട്രിപ്പിൾജമ്പിൽ ലോസ് ആഞ്ചലസിനെക്കാൾ ഒരുപടി മുന്നേറിയ ജപ്പാൻ റാവറ്റോ തജിമ, മസാവൊഹരാദ എന്നിവരിലൂടെ ആദ്യ രണ്ടുസ്ഥാനങ്ങൾ കരസ്ഥമാക്കി. കൊറിയൻ മാരത്തോൺ ഓട്ടക്കാരായ കിതേൽ സോനും നാൻസുണ്ട്യുജും ജപ്പാനുവേണ്ടിയാണ് മത്സരിച്ചത്. അവരുടെ ജന്മനാട് അക്കാലത്ത് ജപ്പാന്റെ അധീനതയിൽ ആയിരുന്നതാണ് കാരണം. കിതേൻ സോൻ ആയിരുന്നു മാരത്തണിലെ ആദ്യ ഏഷ്യൻ ജേതാവ്. പാരമ്പര്യമായി തങ്ങൾക്ക് അവകാശപ്പെട്ടിരുന്ന 5000, 10000 മീറ്ററുകളിൽ ഫിന്നിഷുകൾതന്നെ ഇവിടെയും വെന്നിക്കൊടി പാറിച്ചു. പോൾവാൾട്ടിൽ പത്ത് മണിക്കൂർ നേരത്തെ പോരാട്ടം വേണ്ടിവന്നു വിജയിയെ കണ്ടെത്താൻ. ഒടുവിൽ 4.35 മീറ്റർ കീഴടക്കി അമേരിക്കയുടെ ഏൾ മെഡോസായിരുന്നു വിജയപീഠമേറിയത്. ഈ ഇനത്തിലെ രണ്ടും മൂന്നും സ്ഥാനങ്ങൾ ജപ്പാനിൽ നിന്നെത്തിയ ഉറ്റമിത്രങ്ങൾ കൂടിയായ സുഷിനിഷിദയും സുവോയോയും ആണ് നേടിയത്.

നീന്തൽക്കുളത്തിൽ ഒരു ഇനം പിറന്നുവീഴുന്നതിനു വഴിമരുന്നിട്ടതും ബർലിനിൽ ആയിരുന്നു. ബ്രസ്റ്റ്സ്ട്രോക്കിലെ പ്രത്യേക താളലയം ചില നീന്തൽക്കാർ കാഴ്ചവച്ചിരുന്നു. കാലക്രമേണ അത് ബട്ടർഫ്ളൈ സ്ട്രോക്ക് എന്ന പുതിയ ഇനമായി. ഷൂട്ടിങ്ങിൽ നോർവെയുടെ വില്ലി റോജർ 50മീറ്റർ ടാർഗറ്റിൽ 30 ഉണ്ടകൾ കൊള്ളിച്ചുകൊണ്ട് ആകെയുള്ള 300 പോയിന്റും സ്വന്തമാക്കി വിശ്വറെക്കോർഡിനുടമയായി. തന്റെ കണ്ണുകളുടെ കാഴ്ചക്കുറവ് മത്സരവേദിയിൽ റോജർക്ക് തടസ്സമായില്ല. പന്ത്രണ്ട് വർഷത്തിനുശേഷം ലണ്ടൻ ഒളിമ്പിക്സിൽ ഫ്രീ റൈഫിൾ ഇനത്തിൽ ഓട്ടുമെഡലും നേടി.

14

വനിതാതരംഗത്തിനു തുടക്കമിട്ട വീട്ടമ്മ

ആയിരത്തി തൊള്ളായിരത്തി നാൽപ്പതിൽ പന്ത്രണ്ടാം ഒളിമ്പിക്സ് ടോക്കിയോയിൽ നടത്താനായിരുന്നു ആദ്യതീരുമാനം. എന്നാൽ ചൈനയുമായുള്ള യുദ്ധം കാരണം ജപ്പാന് അത് കഴിയില്ലെന്നായി. അങ്ങനെ ഫിൻലൻഡിന്റെ തലസ്ഥാനമായ ഹെൽസിങ്കിയിലേക്ക് മാറ്റി. എന്നാൽ രണ്ടാം ലോകമഹായുദ്ധം തുടങ്ങിയതുകാരണം അത് നടക്കുകയുണ്ടായില്ല.

1944–ൽ പതിമൂന്നാം ഒളിമ്പിക്സ് ലണ്ടനിൽ നടത്താനിരുന്നതും യുദ്ധം കാരണം ഒഴിവാക്കേണ്ടിവന്നു.

ലോകരാഷ്ട്രങ്ങളെയും മനുഷ്യമനസ്സിനെയും ഒരുപോലെ തകർത്തുകൊണ്ട് ആറു വർഷം നീണ്ടുനിന്ന യുദ്ധം ഒളിമ്പിക്സ് പ്രസ്ഥാനത്തിനും അന്ത്യം കുറിച്ചോ എന്നു സംശയമായി. എന്നാൽ വിശ്വകായികമേള വീണ്ടും ഉണരുകതന്നെയുണ്ടായി. യുദ്ധം കഴിഞ്ഞ് മൂന്നുമാസം പോലും ആകുന്നതിനുമുമ്പ് ഒളിമ്പിക്സ് സംഘടിപ്പിക്കാൻ ആലോചന തുടങ്ങി എന്നതുതന്നെ അത് മനുഷ്യമനസ്സിൽ എത്രമാത്രം ആഴത്തിൽ വേരോടിയിരുന്നുവെന്നതിന് മതിയായ തെളിവുനൽകുന്നുണ്ട്.

1948 ജൂലൈ 29–ന് വെംബ്ലി സ്റ്റേഡിയത്തിൽ ജോർജ്ജ് ആറാമൻ രാജാവ് പതിന്നാലാമത് ഒളിമ്പിക്സ് ഉദ്ഘാടനം ചെയ്യുമ്പോൾ 59 രാജ്യങ്ങളിൽ നിന്നായി 385 വനിതകളടക്കം 4099 കായികതാരങ്ങൾ എത്തിയിരുന്നു. യുദ്ധത്തിൽ പരാജയപ്പെട്ട ജർമ്മനിയെയും ജപ്പാനെയും വെംബ്ലിയിലേക്ക് ക്ഷണിച്ചതേയില്ല എന്നത് ശ്രദ്ധേയമാണ്. 19 സ്പോർട്സ് ഇനങ്ങളിലായി 136 മത്സരങ്ങൾ 12,47283 പേർ നേരിട്ടു കണ്ട

ലണ്ടൻ ഒളിമ്പിക്സിൽ അത്‌ലറ്റിക്സിൽ നാലു സ്വർണം നേടിയ ഫാനി ബ്ലാങ്കേഴ്സ് കോയൻ ഹർഡിലുകൾക്കു മീതേ പറക്കുന്നു

തായി കണക്കാക്കപ്പെടുന്നു. ഗുസ്തിയിൽ തുർക്കിയുടെ ശക്തമായ കടന്നുവരവിനു ലണ്ടൻമേള സാക്ഷ്യം വഹിച്ചു. ബോക്സിങ്ങിൽ ദക്ഷിണാഫ്രിക്കയും ഇറ്റലിയും വിജയം പങ്കിട്ടപ്പോൾ വാൾപ്പയറ്റുവീരന്മാർ തങ്ങൾ തന്നെയെന്ന് ഫ്രഞ്ചുകാർ ഒരിക്കൽകൂടി തെളിയിച്ചു. സൈക്കിൾ സവാരിയിലും ഫ്രഞ്ചുകാർക്കായിരുന്നു മേധാവിത്വം. നീന്തൽക്കുളം ഭരിച്ചതാകട്ടെ അമേരിക്കക്കാരായിരുന്നു. 38 സ്വർണ്ണവും 27 വെള്ളിയും 19 വെങ്കലവും നേടിക്കൊണ്ട് അമേരിക്ക ഒന്നാംസ്ഥാനം വീണ്ടെടുത്തു. സ്വാതന്ത്ര്യം നേടിയതോടെ കൊറിയ സ്വന്തം നിലയിൽ അരങ്ങേറ്റം കുറിച്ചു.

ലണ്ടനിൽ ഏറ്റവും വലിയ അത്ഭുതം കാഴ്ചവച്ചത് രണ്ടുകുട്ടികളുടെ അമ്മയായ ഫാനിബ്ലാങ്കേഴ്സ് കോയൻ എന്ന ഡച്ചുകാരിയായിരുന്നു. അവരിൽനിന്ന് ഡച്ച് അധികൃതർ അധികമൊന്നും പ്രതീക്ഷിച്ചിരുന്നില്ല. എന്നാൽ ശരിക്കുള്ള മത്സരം ആരംഭിച്ചപ്പോൾ ട്രാക്കിലൂടെ ആ വീട്ടമ്മ പറക്കുകയായിരുന്നു. 100, 200 മീറ്റർ ഓട്ടം, 80 മീറ്റർ ഹർഡിൽസ്, 4 X 100 മീറ്റർ റിലേ എന്നീ നാല് ഇനങ്ങളിൽനിന്ന് നാല് പൊൻപതക്കങ്ങളാണ് ആ വീരമാതാവ് തന്റെ കുഞ്ഞുങ്ങൾക്ക് കളിക്കാനായി കൊണ്ടുപോയത്. മത്സരം കാണാനെത്തിയ ആയിരക്കണക്കിനു വീട്ടമ്മമാർ കൈയടിച്ചും ആഹ്ലാദാരവങ്ങൾ മുഴക്കിയും ട്രാക്കിലെ വനിതാവിപ്ലവ

ത്തിന്റെ ആ മുന്നണിപ്പോരാളിയെ പ്രോത്സാഹിപ്പിച്ചു. ഒരു ഒളിമ്പിക്സിൽ നാല് സ്വർണ്ണമണിഞ്ഞ വനിതാ അത്‌ലറ്റ് എന്ന ബഹുമതി, കഴിഞ്ഞ നൂറ്റാണ്ടിലെ ഏറ്റവും മികച്ച വനിതാതാരമായി തെരഞ്ഞെടുക്കപ്പെട്ട ഈ ഡച്ചുകാരിക്ക് മാത്രം അവകാശപ്പെട്ടതാണ്. വെംബ്ലിയിൽ തന്റെ കായികശക്തിയുടെ മാന്ത്രികച്ചെപ്പ് തുറന്ന മറ്റൊരു വനിതാ അത്‌ലറ്റായ ഫ്രാൻസിന്റെ മിഷേസ് ഓസ്റ്റർ മേയർ ഷോട്ടിലും ഡിസ്കസിലും സ്വർണ്ണവും ഹൈജമ്പിൽ ഓട്ടുമെഡലുമായാണ് മടങ്ങിയത്.

പിൽക്കാലത്ത് 'ഹ്യൂമൻ ലോക്കോമോട്ടീവ്' എന്ന വിശേഷണത്തോടെ ദീർഘദൂരഓട്ടത്തിലെ ചക്രവർത്തിയായി ലോകം അടക്കിവാണ ചെക്കോസ്ലോവാക്യക്കാരൻ എമിൽ സാട്ടോപെക് രംഗത്തെത്തിയതും പതിന്നാലാമത് ഒളിമ്പിക്സിലൂടെയായിരുന്നു. 10000 മീറ്ററിൽ എതിരാളികളെയെല്ലാം അതിശയിപ്പിച്ചുകൊണ്ട് സഹനശക്തിയുടെയും കരുത്തിന്റെയും പ്രതീകമായി സാട്ടോപെക് ഒന്നാംപടിയിൽ കയറിനിന്നു. അതൊരു തുടക്കം മാത്രമായിരുന്നു. നാല് വർഷം കഴിഞ്ഞ് ഹെൽസിങ്കിയിൽ 5000, 10000 മീറ്റർ, മാരത്തോൺ എന്നീ മൂന്ന് ഇനങ്ങളാണ് സാട്ടോപെക് വെട്ടിപ്പിടിച്ചത്.

ഓൾറൗണ്ട് അത്‌ലറ്റിനുള്ള ഡെക്കാത്‌ലണിൽ ചരിത്രത്തിലെ ഏറ്റവും പ്രായംകുറഞ്ഞ ചാമ്പ്യനെ സംഭാവന ചെയ്തതും ലണ്ടൻ നഗരമായിരുന്നു. അമേരിക്കൻ ടീമിലെ അംഗമായ ബോബ്മത്യാസ് എന്ന പയ്യൻ 7139 പോയിന്റുനേടി ലോകറെക്കോർഡ് സൃഷ്ടിക്കുമ്പോൾ തന്റെ പതിനേഴാം പിറന്നാൾ ആഘോഷിച്ചിട്ടേയുണ്ടായിരുന്നുള്ളു. 1952-ൽ ഹെൽസിങ്കിയിൽ എത്തിയപ്പോൾ ലണ്ടൻ പ്രകടനത്തെ മറികടന്നുകൊണ്ട് മത്യാസ് (7289 പോയിന്റ്) തന്റെ രണ്ടാം വിജയത്തിനു മാറ്റുകൂട്ടി. ഏറ്റവും ഉയരം കുറഞ്ഞ ചാമ്പ്യനെ സമ്മാനിക്കാനും വെംബ്ലി

ലണ്ടൻ 1948

29.07.1948 - 14.8.1948

രാജ്യങ്ങൾ	:	59
താരങ്ങൾ	:	4099 (പുരു 3714 + സ്ത്രീ 385)
ആകെ ഇനങ്ങൾ	:	136 (19)
ഉദ്ഘാടനം	:	ജോർജ്ജ് vi-ാമൻ രാജാവ്
ഒളിമ്പിക് ദീപം	:	ജോൺ മാർക് (അത്‌ലറ്റിക്സ്)
ഒളിമ്പിക് പ്രതിജ്ഞ	:	ഡൊണാൾഡ് ഫിൻലെ (അത്‌ലറ്റിക്സ്)

ക്കായി. നാലടി ആറിഞ്ച് മാത്രം ഉയരമുള്ള അമേരിക്കയുടെ ജോസഫി ഡി പിയറ്റിറൊ ബാന്റ് വെയിറ്റ് വിഭാഗത്തിൽ 307.5 കിലോഗ്രാം ഭാരമുയർത്തിക്കൊണ്ട് ലോകറെക്കോർഡ് സ്ഥാപിച്ചത് ഏറെക്കുറെ അവിശ്വസനീയമായ നേട്ടമായി. ഇതിനു പുറമേ ഉയരംകൂടിയ ചാമ്പ്യനെയും അമേരിക്ക ലണ്ടനിൽ അവതരിപ്പിച്ചു. അവരുടെ ബാസ്കറ്റ്ബോൾ ടീമിലെ ബോബ് കുർലാണ്ടിന്റെ ഉയരം ഏഴടിക്ക് മേലെയായിരുന്നു.

മാരത്തോണിൽ സ്വർണ്ണം ഉറപ്പിച്ചുകൊണ്ട് ബൽജിയത്തിൽ നിന്നെത്തിയ എറ്റിനെ ഗൈലി എന്ന പാരാട്രൂപ്പർ എതിരാളികളെ അടുത്തൊന്നുമടുപ്പിക്കാതെ 26 മൈൽ ഓടിയശേഷം സ്റ്റേഡിയത്തിൽ പ്രവേശിച്ച് അവസാന റൗണ്ട് പൂർത്തിയാക്കാനാവാതെ അവിടെ തളർന്നു വീണത് ഈ മേളയുടെ ദുരന്തകാഴ്ചയായി. അർജന്റീനയുടെ ഡെൽഫോ കഫേറ കടന്നുപോയിട്ടും ഗൈലിക്ക് എഴുന്നേൽക്കാനായില്ല. ഒടുവിൽ ബ്രിട്ടന്റെ ടോം റിച്ചാർഡ്സും മുന്നോട്ടു പോയപ്പോൾ ഇഴഞ്ഞിഴഞ്ഞ് ഫിനിഷിങ് പോയിന്റ് കടന്ന ഗൈലിക്ക് കിട്ടിയത് തങ്കത്തേക്കാൾ മാറ്റുള്ള ഓട്ടുമെഡലായി. വെംബ്ലി ട്രാക്കിനെ അക്ഷരാർത്ഥത്തിൽ തന്നെ തീപിടിപ്പിച്ച ജമൈക്കക്കാരുടെ 400 മീറ്റർ പന്തയത്തിൽ ലോകറെക്കോർഡുകാരൻ ഹെർബർട്ട് മെക്കെൻലിയെ ഞെട്ടിച്ചുകൊണ്ട് ആജാനുബാഹുവായ ആർതർ വിന്റർ സ്വർണ്ണമണിഞ്ഞു. അടുത്ത ഒളിമ്പിക്സിലും ജോർജ്ജ് റോഡനിലൂടെ ഒറ്റലാപ് ഓട്ടത്തിലെ മേധാവിത്വം ജമൈക്ക തന്നെ നിലനിർത്തി. ഹാമർത്രോയിൽ 56.07 മീറ്ററോടെ ഹംഗറിക്ക് ആദ്യ അത്‌ലറ്റിക് സ്വർണ്ണം നേടിക്കൊടുത്തത് ഇമ്രേനിമിത് എന്ന സൈനികനായിരുന്നു. പിതാവിന്റെ കാല്പാടുകൾ പിന്തുടർന്ന് പുത്രൻ മിഖലോസ് നിമിത് 28 വർഷത്തിനുശേഷം 1976–ൽ മോൺട്രീൽ ഒളിമ്പിക്സിൽ നിന്ന് ജാവ

മെഡൽനില

1.	അമേരിക്ക	38	27	19
2.	സ്വീഡൻ	16	11	17
3.	ഫ്രാൻസ്	10	6	13
4.	ഹംഗറി	10	5	12
5.	ഇറ്റലി	8	12	9
6.	ഫിൻലൻഡ്	8	7	5
7.	തുർക്കി	6	4	2
8.	ചെക്കോസ്ലോവാക്യ	6	2	3
9.	സ്വിറ്റ്സർലണ്ട്	5	10	5
10.	ഡെൻമാർക്ക്	5	7	8
22.	ഇന്ത്യ	1	0	0

ലിൻ സ്വർണ്ണം ബുഡാപെസ്റ്റിലെത്തിച്ചു. 110 മീറ്റർ ഹർഡിൽസിൽ അപ്രതീക്ഷിതമായി പരാജയം രുചിച്ച അമേരിക്കയുടെ വിശ്വറെക്കോർഡുകാരൻ ഹാരിസൺ ഡില്ലാർഡ് ഇരുപത്തിനാലു മണിക്കൂറിനുള്ളിൽ 100 മീറ്ററിൽ വിശ്വവിജയികളെ അടിയറവു പറയിച്ച് ആ തിരിച്ചടിക്ക് പ്രതിവിധി ചെയ്തു. റിലേയിലൂടെ തന്റെ രണ്ടാം സ്വർണ്ണവും നേടിയാണ് ഹാരി യാത്രയായത്. ലണ്ടനിൽ കൈവിട്ടുപോയ ഹർഡിൽസ് സ്വർണ്ണം ഹെൽസിങ്കിയിൽ സ്വന്തമാക്കിയിട്ടേ ഈ അമേരിക്കക്കാരൻ രംഗം വിട്ടുള്ളൂ.

ജപ്പാൻകാരുടെ അസാന്നിദ്ധ്യത്തിൽ നീന്തൽക്കുളം അടക്കിവാണ അമേരിക്ക പുരുഷവിഭാഗത്തിലെ എല്ലാ സ്വർണ്ണവും വാരി. വനിതാ വിഭാഗത്തിലും ഭൂരിപക്ഷം മെഡലുകളും അവർക്കായിരുന്നു.

ലണ്ടനിൽ ബാസ്കറ്റ്ബോൾ മത്സരങ്ങൾ സംഭവബഹുലമായിരുന്നു. പ്രാഥമികറൗണ്ടിൽ ചിലിയും ഇറാഖും ഏറ്റുമുട്ടിയപ്പോൾ ബ്രിട്ടീഷുകാരനായ ഫെറി പന്തിന്റെ അടികൊണ്ട് അബോധാവസ്ഥയിലായി. ഇറാഖ് രണ്ടുതവണ തോറ്റതാകട്ടെ നൂറ് പോയിന്റിന്റെ വ്യത്യാസത്തിലായിരുന്നു. രണ്ടും ഏഷ്യൻ രാജ്യങ്ങളോട്; കൊറിയയോടും ചൈനയോടും. ക്യൂബൻ ടീമിലുണ്ടായിരുന്ന ലാനുസ ഗോബൽ പിന്നീട് ഫിദൽ കാസ്ട്രോ മന്ത്രിസഭയിൽ വിദ്യാഭ്യാസ മന്ത്രിയായി. 1912–ൽ ഒരു വെള്ളിയോടെ ഫെൻസിങ്ങിൽ മെഡൽവേട്ട തുടങ്ങിയ ഡെൻമാർക്കിലെ ഡോക്ടർ ഇവാൻ ഒസിർ ഏഴ് ഒളിമ്പിക് മത്സരങ്ങൾക്കു ശേഷം തന്റെ വാൾ ഉറയിലിട്ടത് ലണ്ടനിൽ വച്ചായിരുന്നു. പാകിസ്താൻ ഒളിമ്പിക്സിൽ അരങ്ങേറ്റം കുറിച്ചെങ്കിലും ഹോക്കിയിൽ ചാമ്പ്യന്മാരായ ഇന്ത്യയെ തളച്ചിടാൻ അവർക്കായില്ല.

15

നൂർമിയുടെ നാട്ടിൽ എമിലിന്റെ 'കുടുംബമേള'

'ചെക് എക്സ്പ്രസ്' എമിൽ സാട്ടോപെക് ഓടുന്നതു കണ്ടാൽ പേടിയാകും. നെഞ്ചിൽ ഒരു സർപ്പം വളഞ്ഞുകിടക്കുന്നതുപോലെ, കാലിൽ ചീങ്കണ്ണി പിടിച്ചപോലെയാണ് ഈ ചെക്കോസ്ലോവാക്യക്കാരന്റെ ഓട്ടം. എന്നാൽ, സ്റ്റാർട്ടിങ് ബ്ലോക്കിൽ സാട്ടോപെക് ഉണ്ടെങ്കിൽ ആർക്കും പിരിമുറുക്കമുണ്ടാവില്ല. ഓട്ടത്തിന്റെ വെടിയൊച്ചക്കു മുന്നിൽ ഒരു നർമ്മം, ഒരു വെടിവട്ടം, ഈ പൊട്ടിച്ചിരിയിൽനിന്ന് ആർക്കും രക്ഷപ്പെടാനാവില്ല. അതിന്റെ സംഭാഷണവും സംവിധാനവുമെല്ലാം സാട്ടോപെക് തന്നെയായിരിക്കും.

1952–ൽ ഹെൽസിങ്കിയിലാണ് സാട്ടോപെക് എന്ന ദീർഘദൂര ഓട്ടക്കാരൻ വിശ്വരൂപം കാണിച്ചത്. ഫിൻലൻഡിൽ നടക്കുന്ന ഒളിമ്പിക്സിൽ പങ്കെടുക്കാനെത്തിയ ചെക്ക് താരം വിശ്രുതനായ പാവൊ നൂർമിയുടെ പോലും ആദരവ് പിടിച്ചുപറ്റി. 10000 മീറ്റർ വിജയിക്കാൻ എമിലിന് ഏറെ ആയാസപ്പെടേണ്ടി വന്നില്ല. സമയം കൊല്ലാൻ വേണ്ടിയാണ് 5000 മീറ്ററിൽ പങ്കെടുത്തത്. അവിടെയും സ്വർണ്ണമെഡൽ തന്നെ തരപ്പെട്ടു. അപ്പോൾ താൻ ഇതേവരെ പയറ്റിയിട്ടില്ലാത്ത മാരത്തോണിൽ ഒരു കൈനോക്കിയാലോ എന്ന മോഹമുദിച്ചു. ചെക്ക് അധികൃതരുടെയും ഒളിമ്പിക് സംഘാടക സമിതിയുടെയും അംഗീകാരത്തോടെ മത്സരത്തിനിറങ്ങിയ എമിലിന് മാരത്തോൺ പാതയും സുഖപ്രദമായിരുന്നു. സ്റ്റേഡിയത്തിൽ പ്രവേശിക്കുന്നതിനു മുന്നിലുള്ള ടണലിനു സമീപം അദ്ദേഹത്തെ കണ്ട ഫിൻലൻഡുകാർ സ്തബ്ധരായി. ഫിനിഷിങ് ടേപ്പിൽ നെഞ്ചമർത്തി ഒന്നും സംഭവിക്കാത്തമട്ടിൽ എമിൽ സാട്ടോപെക് നടന്നു

ഹെൽസിങ്കിയിൽ ചെക്ക് എക്സ്പ്രസ്'
എമിൽ സാട്ടോപെകിന്റെ 5000 മീറ്റർ ഓട്ടം

പോയി. ഒളിമ്പിക് റെക്കോർഡോടെ (2:23:03.2) മൂന്നാം സ്വർണ്ണം! ഒളിമ്പിക്സിലെ രോമാഞ്ചജനകമായ അത്തരമൊരു ട്രിപ്പിൾ ഇന്നും ദീർഘദൂര ഓട്ടക്കാരുടെ പ്രാർത്ഥനയായിരിക്കുന്നു. ഏറ്റവും ഒടുവിൽ ഫിൻലണ്ടിന്റെ ലാസി വൈരൻ മോൺട്രീലിൽ ഒരു പാഴ്ശ്രമം നടത്തിയിരുന്നു. ഹെൽസിങ്കിയിൽ ജയിച്ചതിനു ശേഷം സാട്ടോപെക് മാരത്തോണിനെക്കുറിച്ച് പറഞ്ഞതിന് ഒരു പഴഞ്ചൊല്ലിന്റെ മധുരമുണ്ടായിരുന്നു.

"മാരത്തോൺ ഒരു അറുബോറൻ മത്സരമാണ്."

ഹെൽസിങ്കിയിൽ 15–ാം ഒളിമ്പിക്സിന് ഭദ്രദീപം കൊളുത്തിയ പാവൊ നൂർമിയുൾപ്പെടെയുള്ളവർ ഒന്നിച്ചെഴുന്നേറ്റുനിന്ന് ശിരസ്സു നമിച്ചായിരുന്നു എമിൽ സാട്ടോപെക് എന്ന അത്ഭുത പ്രതിഭാസത്തെ ആദരിച്ചത്. ഭർത്താവിന്റെ വിജയത്തിൽ അഭിനന്ദനമർപ്പിക്കാനെത്തിയ ദാന സാട്ടോപെക്കിന്റെ മാറിലും ഒരു സ്വർണ്ണ മെഡലുണ്ടായിരുന്നു. ജാവലിനിൽ റെക്കോർഡോടെ (50.47 മീറ്റർ) നേടിയ സമ്മാനം.

പിന്നീടുള്ള വർഷങ്ങളിൽ 38 തവണ തുടർച്ചയായി സാട്ടോപെക് 10000 മീറ്റർ പന്തയങ്ങൾ നേടി. 1948–നും '54–നും ഇടയ്ക്ക് 5000 മീറ്ററിനും 30,000 മീറ്ററിനും ഇടയ്ക്കുള്ള എല്ലാ ലോകറെക്കോർഡുകളും സ്വന്തം പേരിലാക്കാൻ അദ്ദേഹത്തിനു കഴിഞ്ഞു. ഹെൽസിങ്കി ഒളിമ്പിക്സിനു ശേഷം സാട്ടോപെകിന്റെ ജന്മദിനമായ സെപ്റ്റംബർ 19 ചെക്കോ

സ്ലോവാക്യയിൽ പൊതു ഒഴിവായി പ്രഖ്യാപിച്ചു.

രാഷ്ട്രീയ വിവാദങ്ങൾക്കതീതമായി ഒളിമ്പിക് പ്രസ്ഥാനത്തിന്റെ ഉള്ളുകണ്ട് അതേപടി സംഘടിപ്പിക്കപ്പെട്ട മേളയായിരുന്നു ഹെൽസിങ്കിയിൽ നടന്നത്. ഒളിമ്പിക്സിന്റെ ഓർമ്മയ്ക്കായി നാണയം പുറത്തിറക്കിയതും ഈ ഗെയിംസിലായിരുന്നു. ജൂലൈ 19 മുതൽ ആഗസ്ത് മൂന്നു വരെയായിരുന്നു മത്സരങ്ങൾ. 69 രാജ്യങ്ങളിലെ 519 സ്ത്രീകൾ ഉൾപ്പെടെ 4955 കായികതാരങ്ങൾ 17 സ്പോർട്സ് ഇനങ്ങളിലെ 149 മത്സരങ്ങളിൽ പങ്കുകൊണ്ടു. യുദ്ധാനന്തര ജപ്പാനും ജർമ്മനിയും സോവിയറ്റ് യൂണിയനും തങ്ങളുടെ താരങ്ങളെ ഹെൽസിങ്കിയിലേക്കയച്ചു. കായികതാരങ്ങളെ തെരഞ്ഞെടുത്ത രീതിയിൽ പ്രതിഷേധിച്ച് കിഴക്കൻ ജർമ്മനി താരങ്ങൾ വിട്ടുനിന്നു. മുമ്പ് ഒളിമ്പിക്സിലുണ്ടായിരുന്ന ചില കലാമത്സരങ്ങൾ ഹെൽസിങ്കിയിൽ പ്രദർശനയിനമാക്കി മാറ്റി. അത്‌ലറ്റിക്സിലെ അമേരിക്കയുടെ കുത്തകയെ സാട്ടോപെക് ദമ്പതികളുടെ നേട്ടമായ നാല് സ്വർണ്ണത്തോടെ ചെക്കോസ്ലോവാക്യയും രണ്ട് സ്വർണ്ണമെഡലുകളോടെ ജമൈക്കയും ചോദ്യം ചെയ്തു.

ഫുട്ബോളിൽ ഫെറങ്ക് പുഷ്കാസിന്റെ ഹംഗറി കിരിടം നേടിയപ്പോൾ ഹോക്കിയെന്നാൽ തങ്ങളാണെന്ന് ഇന്ത്യ ഒരിക്കൽകൂടി തെളിയിച്ചു. ഫൈനലിൽ ഇന്ത്യ 6–1ന് നെതർലൻഡ്സിനെ കീഴടക്കി. ഫ്രീസ്റ്റൈൽ ഗുസ്തി 52 കിലോഗ്രാം വിഭാഗത്തിൽ മൂന്നാം സ്ഥാനത്തെത്തിയ കെ ഡി ജാദവിലൂടെ ഇന്ത്യ ആദ്യമായി ഒരു വ്യക്തിഗത മെഡലും (വെങ്കലം) നേടി. ഗുസ്തിയിൽ ശക്തമായ പ്രകടനം കാഴ്ചവച്ച കന്നിക്കാരായ സോവിയറ്റ് യൂണിയൻ ഭാരമുയർത്തലിൽ അമേരിക്കയോട് കിടപിടിച്ചു. ഫ്രാൻസും ഇറ്റലിയും വാൾപ്പയറ്റുവീരന്മാരായി വിലസിയപ്പോൾ സൈക്കിളിങ്ങിൽ പതിവിനു വിരുദ്ധമായി ഇറ്റലിക്കൊപ്പം നിന്നത് ഓസ്ട്രേലിയയും ബൽജിയവുമായിരുന്നു. ബോക്സിങ്ങിൽ 16 രാജ്യങ്ങളും വഞ്ചിതുഴയലിൽ 14 രാജ്യങ്ങളും മെഡലുകൾ വീതിച്ചെടുത്തത് സർവ്വകാല റെക്കോർഡായി.

ലണ്ടനിൽ വെങ്കലമെഡൽകൊണ്ടു തൃപ്തിപ്പെടേണ്ടിവന്ന ഓസ്ട്രേലിയയുടെ മർജ്യോറി ജാക്സൺ പ്രവചനങ്ങൾ കാറ്റിൽ പറത്തിക്കൊണ്ട് വനിതാവിഭാഗത്തിൽ സ്പ്രിന്റ് ഡബിൾ ചൂടി. ലണ്ടൻ, ഹെൽസിങ്കി, മെൽബൺ എന്നീ ഒളിമ്പിക്സുകളിൽ നിന്നായി ഏഴ് സ്പ്രിന്റ് മെഡലുകളാണ് ഈ ഓസ്ട്രേലിയക്കാരി സമ്പാദിച്ചത്. ട്രിപ്പിൾ ജമ്പ് ഫൈനലിൽ തുടർച്ചയായ നാല് ശ്രമങ്ങളിലും ലോകറെക്കോർഡ് പുതുക്കിയെഴുതിക്കൊണ്ട് അഡ്മർ പെരേര ഡാ സിൽവ ബ്രസീലിനു സുവർണ്ണ സായൂജ്യമേകി. അടുത്ത ഒളിമ്പിക്സിലും വിജയപീഠത്തിന്റെ ഏറ്റവും ഉയർന്ന പടവിൽ അഡ്മർ ഉണ്ടായിരുന്നു. അതോടെ ഈ ഇനം കുത്തകയാക്കിയ ബ്രസീൽ എണ്ണം പറഞ്ഞ നിരവധി ചാട്ടക്കാരെ സംഭാവന ചെയ്തു. ബാല്യത്തിൽ പിള്ളവാതം പിടിപെട്ട് അവശനായതിനെ തുടർന്ന് ചികിത്സയുടെ ഭാഗമായി ഓട്ടവും ചാട്ടവും അഭ്യസിക്കേണ്ടി

വന്ന വാൾട്ടർ ഡേവിഡ് അമേരിക്കയ്ക്കുവേണ്ടി ഹൈജമ്പിൽ ഒളിമ്പിക് റെക്കോർഡോടെ (2.04 മീറ്റർ – 6 അടി 8 1/2 ഇഞ്ച്) പൊൻപതക്കം ചൂടി. പോൾവാൾട്ടിൽ ഒളിമ്പിക് റെക്കോർഡ് ഭേദിച്ച റോബർട്ട് റിച്ചാർഡ്സ് (4.55 മീറ്റർ) നാലു വർഷം കഴിഞ്ഞ് മെൽബണിലും വിജയക്കുതിപ്പ് നടത്തി. കായിക താരങ്ങളെ ഏറെ സ്വാധീനിച്ചിട്ടുള്ള *ഹാർട്ട് ഓഫ് ചാമ്പ്യൻ* എന്ന പുസ്തകം രചിച്ചത് ഈ അമേരിക്കക്കാരനാണ്.

സോവിയറ്റ് യൂണിയന് പുരുഷവിഭാഗത്തിൽ അത്‌ലറ്റിക് മെഡലുകളൊന്നും നേടാനായില്ല. എന്നാൽ വനിതാവിഭാഗത്തിൽ ഗലീന സിബീന ഷോട്ട്പുട്ടിൽ ലോകറെക്കോർഡും (15.28 മീറ്റർ) നിന റൊമഷ്കോവ ഡിസ്കസ്ത്രോയിൽ ഒളിമ്പിക് റെക്കോർഡും (51.42 മീറ്റർ) സ്ഥാപിച്ചത് അവർക്ക് അരങ്ങേറ്റത്തിൽ ഇരട്ട സാഫല്യമായി. സോവിയറ്റ് യൂണിയൻ ലോക കായികരംഗം പിടിച്ചടക്കാനായി കടന്നുവന്നത് ഹെൽസിങ്കിയിലൂടെയായിരുന്നെങ്കിലും അവർക്കതിന് മെൽബൺ ഗെയിംസ് വരെ കാത്തിരിക്കേണ്ടിവന്നു.

ആത്മവിശ്വാസവും അർപ്പണബോധവും ഉണ്ടെങ്കിൽ എന്തും നേടാം എന്നതിനും ഒളിമ്പിക്സിൽ തെളിവുകളുണ്ട്. 1948–ലെ ലണ്ടൻ ഒളിമ്പിക്സിൽ റാപ്പിഡ് ഫയർ പിസ്റ്റളിൽ സ്വർണ്ണം നേടിയ ഹംഗറിയുടെ കരോളി ടെകാസ് തന്റെ മെഡൽ ഇവിടെയും നിലനിർത്തി. പക്ഷെ ഒരു വ്യത്യാസം. ഇക്കുറി അദ്ദേഹം ഇടതുകൈകൊണ്ടാണ് അത് നേടിയെടുത്തത്. ആദ്യ സ്വർണ്ണം നേടി ഒരു വർഷം കഴിഞ്ഞപ്പോൾ ഒരു ഗ്രനേഡ് അപകടത്തിൽ ടെകാസിന് വലതുകരം നഷ്ടമായി. സൈനികനായിരുന്ന ടെകാസ് പരിശീലനവേളയിൽ ഗ്രനേഡ് കൈകാര്യം ചെയ്തപ്പോഴാണ് അത്യാഹിതമുണ്ടായത്. അതേപോലെ വിജയം നേടുന്നതിന് പ്രായം ഒരു പ്രശ്നമല്ലെന്ന് തെളിയിച്ചുകൊണ്ട് ഫ്രാൻസിൽ നിന്നെത്തിയ പന്ത്രണ്ടുകാരൻ ബർണാഡ് മാലിവോറെ കാനോയിങ്ങിലെ കോക്സ്ഡ് പെയറിൽ റെയ്മണ്ട് സെല്ലേഴ്സുമായി ചേർന്ന് സ്വർണ്ണമണിഞ്ഞു. കയാക്കിങ്

ഹെൽസിങ്കി 1952

19.07.1952 - 03.08.1952

ആതിഥേയ രാജ്യം	:	ഫിൻലൻഡ്
രാജ്യങ്ങൾ	:	69
താരങ്ങൾ	:	4955 (പുരു 4436 + സ്ത്രീ 519)
ആകെ ഇനങ്ങൾ	:	149 (17)
ഉദ്ഘാടനം	:	പ്രസിഡന്റ് ജൂഹോ പാസികിവി
ഒളിമ്പിക് ദീപം	:	പാവൊ നൂർമി
ഒളിമ്പിക് പ്രതിജ്ഞ	:	ഹെയ്കി സാവോലെയിൻ (ജിംനാസ്റ്റിക്സ്)

സിംഗിൾസിൽ സ്വീഡന്റെ ഗെർട്ട് ഫ്രെഡറിക്സൺ ലണ്ടനിൽ നേടിയ വിജയം ഇവിടെ ആവർത്തിച്ചു. തീർന്നില്ല; മെൽബണിലും തന്റെ നാൽപ്പതാം വയസ്സിൽ 1960–ൽ റോമിലുമെത്തി ഈ സ്വീഡൻകാരൻ ജയഭേരി മുഴക്കി. എട്ടു സ്വർണ്ണ മെഡലുകളായിരുന്നു വിവിധ ഒളിമ്പിക്സ് വേദികളിൽ നിന്നായി അദ്ദേഹം തന്റെ കളിവള്ളത്തിൽ നിറച്ചത്.

ജിംനാസ്റ്റിക്സിൽ എട്ടു സ്വർണ്ണമടക്കം 22 മെഡലുകൾ സോവിയറ്റ് യൂണിയൻ കരസ്ഥമാക്കി. അതൊരു വലിയ തുടക്കമായിരുന്നു. അന്നുമുതൽ ഇന്നുവരെ ഈ വേദി അവരുടേത് മാത്രമായി. 1952ലെയും '56ലെയും ഒളിമ്പിക്സുകളിൽ നിന്ന് അവരുടെ വിക്റ്റർ ചുക്റിൻ ഏഴ് സ്വർണ്ണ മെഡലുകളാണ് മാറിലണിഞ്ഞത്. വിക്ടറുടെ കാൽപ്പാടുകൾ പിന്തുടർന്ന് പിൽക്കാലത്ത് ജിംനാസ്റ്റിക്സ് വേദിയിൽ സാന്നിദ്ധ്യമുറപ്പിച്ച സോവിയറ്റ് മെയ്യഭ്യാസികൾക്ക് കണക്കില്ല. വേദാന്ത പ്രഭാഷണത്തിൽ നിന്ന് സൈക്കിൾ സവാരിയിലേക്ക് തിരിഞ്ഞ ഓസ്ട്രേലിയക്കാരൻ റസൽമോക്റിഡ്ജ് 1000 മീറ്റർ ടൈംട്രയലിലും ലിയോണൽ കോക്സുമായി ചേർന്ന് 2000 മീറ്റർ ടിംപർസ്യൂട്ടിലും ഇരട്ടവിജയം കൊയ്തു. തുടർന്ന് പ്രൊഫഷണൽ രംഗത്തേക്ക് കടന്നുചെന്ന റസൽ നിരവധി ലോകവിജയങ്ങൾ നേടി. എന്നാൽ അദ്ദേഹത്തിന്റെ ജീവനപഹരിച്ചതും ഒരു സൈക്കിൾ തന്നെയായിരുന്നു. 1955–ൽ റസൽ ഓടിച്ചിരുന്ന സൈക്കിൾ ഒരു കാറുമായി കൂട്ടിയിടിച്ചായിരുന്നു ദാരുണമായ ആ അന്ത്യം.

അമേരിക്കയുടെ പാറ്റ്മെക് കോർമിക് എന്ന സുന്ദരി ഹെൽസിങ്കിയിൽനിന്ന് തിരിച്ചുപോയത് ഡൈവിങ്ങിലെ റാണിപട്ടം ചൂടിയായിരുന്നു. വിവാഹം കഴിഞ്ഞ് മധുവിധുനാളുകളിൽതന്നെ ഒളിമ്പിക്സ് സംഘത്തിനൊപ്പം യാത്രതിരിച്ച പാറ്റിനെ ആരും കാര്യമായി ഗൗനിച്ചിരുന്നില്ല. എന്നാൽ മത്സരം കഴിഞ്ഞപ്പോൾ പാറ്റിനെ കൊച്ചാക്കിയവർ ഓടിയെത്തി

മെഡൽനില

1.	അമേരിക്ക	40	19	17
2.	സോവിയറ്റ് യൂണിയൻ	22	30	19
3.	ഹംഗറി	16	10	16
4.	സ്വീഡൻ	12	13	10
5.	ഇറ്റലി	8	9	4
6.	ചെക്കോസ്ലോവാക്യ	7	3	3
7.	ഫ്രാൻസ്	6	6	6
8.	ഫിൻലൻഡ്	6	3	13
9.	ഓസ്ട്രേലിയ	6	2	3
10.	നോർവെ	3	2	0
26.	**ഇന്ത്യ**	**1**	**0**	**1**

1952 ഹെൽസിങ്കി ഒളിമ്പിക്സിന്റെ മുഖ്യവേദിയിൽ സ്ഥാപിച്ച പാവോ നൂർമിയുടെ പ്രതിമ

അഭിനന്ദിച്ചു. കാരണം സ്പ്രിങ് ബോർഡ് ഡൈവിങ്ങിലും പ്ലാറ്റ്ഫോം ഡൈവിങ്ങിലും ഒരേസമയം ഇരട്ട റെക്കോർഡോടെ കിരീടം ചൂടി അമേരിക്കയുടെ അഭിമാനം ഉയർത്തിപ്പിടിച്ചത് പാറ്റ് ആയിരുന്നുവെന്നതുതന്നെ. ഒരു കുഞ്ഞിന്റെ അമ്മയായതിനു ശേഷം 1956-ൽ മെൽബണിൽ ഇതിലും വലിയ വിജയമായിരുന്നു അവർ നേടിയത്. ഒരപരാജിതയായി ചരിത്രത്താളുകളിലേക്ക് ചേക്കേറിയ പാറ്റിന്റെ നേട്ടം ചോദ്യം ചെയ്യപ്പെടാതെ നിന്നു. 1992-ൽ ബാഴ്സലോണയിൽ പാറ്റിന് കൊച്ചനിയത്തിയായി വന്ന ചൈനക്കാരി ഗാവോമിൻ തുടർച്ചയായി രണ്ട് ഒളിമ്പിക്സുകളിൽ ഇരട്ട ഡൈവിങ് കിരീടത്തിന്റെ ബഹുമതിക്കൊപ്പമെത്തിയെങ്കിലും അമേരിക്കക്കാരിയുടെ റെക്കോർഡിനു പരിക്കേൽപ്പിക്കാനായില്ല. പാറ്റിന്റെ ഇരട്ട റെക്കോർഡ് അചുംബിതമായി അവിശ്വസനീയതയോടെ ഇന്നും നിലനിൽക്കുന്നു.

16

രാജ്യാതിർത്തികൾ ഭേദിച്ച പ്രണയം

കളിക്കളത്തിൽ പ്രണയങ്ങൾ ഏറെ നാമ്പിട്ടിട്ടുണ്ട്. പക്ഷെ ഹാരോൾഡ് ഓൾഗയെ പ്രേമിച്ചപ്പോഴുണ്ടായത് ഭൂകമ്പമാണ്. അമേരിക്കയുടെ അഭിമാനമായിരുന്നു ഹാരോൾഡ് കോണലി. ഓൾഗ ഫിക്റ്റോവയാകട്ടെ ചെക്കോസ്ലോവാക്യക്കാരിയും. ഇരുവരും ത്രോ താരങ്ങളാണെന്നതു മാത്രമായിരുന്നു അവർക്കിടയിൽ ലോകത്തിനു കാണാവുന്ന ഏകസാമ്യം.

പക്ഷെ, മനസ്സിന്റെ വഴികൾ വിചിത്രമാണ്. 1956–ൽ മെൽബൺ ഒളിമ്പിക് ഗ്രാമത്തിൽ അവർ കണ്ടുമുട്ടി. ശീതയുദ്ധത്തിൽ മനസ്സുകൊണ്ടകന്നു നിൽക്കുന്ന രണ്ടു രാജ്യങ്ങളിലെ പ്രജകളായല്ല, ആണും പെണ്ണുമായി. ഡിസ്കസ് ഏറിൽ മാറ്റുരയ്ക്കാനെത്തിയ ഓൾഗയുടെ മനസ്സ് എവിടെയോ ഉടക്കിനിന്നു. അവർക്കിടയിൽ രാജ്യാതിർത്തികൾ ഇല്ലാതായി. അവർക്കിടയിൽ ശീതയുദ്ധം അലിഞ്ഞുപോയി. അവർക്കിടയിൽ കാലം നിശ്ചലമായി. കോണലിയും ഓൾഗയും കമിതാക്കളായി. മാദ്ധ്യമങ്ങൾക്ക് അത് എരിവും പുളിയുമുള്ള വാർത്തയായി. അവർ ഒളിമ്പിക് ഗ്രാമത്തിലെ ഇണക്കുരുവികളായി അറിയപ്പെട്ടു.

അനുരാഗനദിക്ക് വിഘ്നം കൂടാതെ ഒഴുകാനാവില്ലല്ലോ. പ്രണയികളുടെ ആ നിത്യശാപം ഭൂഖണ്ഡങ്ങൾക്കിടയ്ക്കു പ്രേമത്തിന്റെ പട്ടുനൂൽപ്പാലമിട്ട ഈ കാമുകീകാമുകന്മാരെയും വേട്ടയാടി. ഡിസ്കസിൽ സ്വർണ്ണം നേടിയ ഓൾഗയെ ജീവിതപങ്കാളിയാക്കാനുള്ള കോണാലിയുടെ അപേക്ഷ ചെക്ക് അധികൃതർ നിർദ്ദാക്ഷിണ്യം നിരസിച്ചു. കോണലിയോടൊപ്പം ജീവിക്കാനായി രാജ്യം വിടാൻ ഓൾഗയ്ക്ക് ചെക്കോസ്ലോ

1956 മെൽബൺ ഒളിമ്പിക്സിൽ
സോവിയറ്റ് യൂണിയൻ – ജർമനി ഫുട്ബോൾ മത്സരം

വാക്യൻ ഗവൺമെന്റ് അനുമതി നൽകിയില്ല. ഒരിക്കൽക്കൂടി ആ നിഷിദ്ധപ്രേമം വാർത്തയായി. മാദ്ധ്യമങ്ങൾ അവർക്കായി വാദിച്ചു. ഒടുവിൽ വിശ്രുതനായ എമിൽ സാട്ടോപെകിന്റെ നയപരമായ ഇടപെടലിലൂടെ, ചെക്ക് പ്രസിഡന്റിന്റെ പ്രത്യേക അനുമതിയോടെ ഓൾഗയും കോണലിയും പ്രാഗിൽ വിവാഹിതരായി. കുമാരി ഓൾഗ ഫിക്റ്റോവ ശ്രീമതി ഓൾഗ കോണലിയായി. ഇരുവരും പിന്നീട് ഒളിമ്പിക്സിൽ പങ്കെടുത്തെങ്കിലും മെഡൽ സാക്ഷാത്കാരം അകലെയായിരുന്നു.

ഓൾഗ ഇരട്ടക്കുട്ടികളുടെ അമ്മയായെങ്കിലും 1975-ൽ കോണലി ദമ്പതിമാർ ഒരിക്കൽകൂടി പ്രേമത്തിന്റെ പരീക്ഷണസന്ധിയിലെത്തി. അഭിപ്രായവ്യത്യാസത്തിനു മുന്നിൽ പ്രേമം അടിയറവു പറഞ്ഞു. മെൽബൺ ഒളിമ്പിക് ഗ്രാമത്തിൽ തുടങ്ങി ഏതാണ്ട് രണ്ടുപതിറ്റാണ്ട് ലോകത്തിന്റെ കൗതുകമുയർത്തിയ ഓൾഗ-കോണലി ഇണക്കിളികൾ വേർപിരിഞ്ഞു.

അങ്ങനെ രാജ്യാതിർത്തികൾ ഭേദിച്ച ഒരു പ്രണയം കണ്ട 1956 -ലെ മെൽബൺ മേളയ്ക്ക്, ദക്ഷിണാർദ്ധഗോളത്തിൽ നടന്ന ആദ്യ ഒളിമ്പിക്സ് എന്ന പ്രത്യേകത അവകാശപ്പെട്ടതാണ്. ഓസ്ട്രേലിയൻ ഭൂഖണ്ഡത്തിൽ അരങ്ങേറിയ ആദ്യ ഒളിമ്പിക്സും ഇതുതന്നെ. ചെന്നെത്തുവാനുള്ള ബുദ്ധിമുട്ടുകളും സാമ്പത്തിക ക്ലേശങ്ങളും കളിക്കളത്തിലെ ആദ്യത്തെ രാഷ്ട്രീയ ഇടപെടലുകളും കാരണം താരതമ്യേന കുറഞ്ഞ പങ്കാളിത്തമേ മെൽബണിൽ ഉണ്ടായുള്ളൂ. സൂയസ്കനാൽ പ്രശ്നം കട

ന്നുവന്ന് ബഹിഷ്കരണം വരെ എത്തി. സൂയസ്കനാൽ പിടിച്ചെടുത്ത തിൽ പ്രതിഷേധിച്ച് ഈജിപ്ത്, ഇറാഖ്, ലെബനോൺ എന്നീ രാജ്യ ങ്ങൾ ഗെയിംസിൽ നിന്ന് വിട്ടുനിന്നു. സോവിയറ്റുയൂണിയന്റെ ഹംഗറിയിലെ ഇടപെടലിൽ പ്രതിഷേധിച്ച് നെതർലൻഡ്സും സ്പെയിനും സ്വിറ്റ്സർലണ്ടും തങ്ങളുടെ കായികതാരങ്ങളെ അയ യ്ക്കാൻ കൂട്ടാക്കിയില്ല. തായ്വാനെ ഒരു രാഷ്ട്രമായി അംഗീകരിച്ച് മത്സ രത്തിനു ക്ഷണിച്ച ഓസ്ട്രേലിയയുടെ നടപടി പ്രതിഷേധിച്ച് ജനകീയ ചൈന, മെൽബണിലെ ഒളിമ്പിക് ഗ്രാമത്തിലെത്തിയ തങ്ങളുടെ സംഘത്തെ തിരിച്ചുവിളിച്ചു.

ഇദംപ്രഥമമായി മത്സരം ആതിഥേയ രാജ്യത്തിനു പുറത്തുവച്ചും ഇത്തവണ നടത്തേണ്ടിവന്നു. മെൽബണിൽ കൊടികയറുംമുമ്പേ അങ്ങ് സ്വീഡനിലെ സ്റ്റോക്ഹോമിൽ (ജൂലൈ 10 മുതൽ 17 വരെ) ചില ഇന ങ്ങൾ നടത്തേണ്ടിവന്നു. ആസ്ട്രേലിയയിൽ അന്നു നിലവിലുണ്ടായിരുന്ന ശക്തമായ ക്വാറന്റൈൻ നിയമമനുസരിച്ച് കുതിരകളെ ഇറക്കുമതി ചെയ്യുന്ന നിയമം കർശനമായിരുന്നു. അതുകൊണ്ടാണ് അശ്വാഭ്യാസ ത്തിന് സാർവദേശീയ ഒളിമ്പിക് കമ്മിറ്റിക്ക് മറ്റൊരു വേദി കണ്ടെത്തേണ്ടി വന്നത്. സ്വീഡനാകട്ടെ അവർക്കു കിട്ടിയ ഇനം മനോഹരമായി നടത്തു കയും ചെയ്തു.

മെൽബൺ നഗരത്തിൽ 1956 നവംബർ 22 മുതൽ ഡിസംബർ 8 വരെ നടന്ന മേളയിൽ 67 രാജ്യങ്ങളിലെ 371 വനിതകൾ ഉൾപ്പെടെ 2813 കായികതാരങ്ങളാണ് പങ്കെടുത്തത്. 17 കായികഇനങ്ങളിലായി 150 മത്സ രങ്ങളുണ്ടായിരുന്നു. ഹെൽസിങ്കി ഒളിമ്പിക്സ് വരെ ഓരോ രാജ്യത്തിന്റെ യും താരങ്ങൾ പ്രത്യേകം മാർച്ച്പാസ്റ്റ് നടത്തുന്നതായിരുന്നു രീതി. മെൽബണിൽ ഇതിനുപകരം എല്ലാതാരങ്ങളും ഒരുമിച്ച് കൈവീശി നീങ്ങുന്ന പതിവ് ആരംഭിച്ചു. കിഴക്കൻ ജർമ്മനിയും പടിഞ്ഞാറൻ ജർമ്മ നിയും സംയുക്തടീമായി മത്സരിച്ചതാണ് ഈ മേളയുടെ മറ്റൊരു പ്രത്യേ കത. അത്‌ലറ്റിക്സിൽ അമേരിക്ക മേധാവിത്വം തുടർന്നപ്പോൾ സോവി യറ്റ് യൂണിയനും ഓസ്ട്രേലിയയും തൊട്ടുപിന്നിലുണ്ടായിരുന്നു. ഭാരോ ദ്വഹനത്തിൽ അമേരിക്കയും സോവിയറ്റ് യൂണിയനും മെഡലുകളിൽ തുല്യത പാലിച്ചു. മൽപ്പിടുത്തത്തിൽ സ്വർണ്ണവിജയങ്ങളോടെ സോവി യറ്റ് താരങ്ങൾ മികവുകാട്ടിയപ്പോൾ ബാസ്കറ്റ്ബോളിലെ കുത്തക അമേ രിക്ക നിലനിർത്തി. ബോക്സിങ്ങിലും ഷൂട്ടിങ്ങിലും സോവിയറ്റ് മുന്നേറ്റം കണ്ടു. ജിംനാസ്റ്റിക്സിൽ ജപ്പാന്റെ വെല്ലുവിളിയെ അതിജീവിച്ച് സോവി യറ്റ് താരങ്ങൾ മെഡൽപട്ടികയിൽ മുന്നിലെത്തി. നീന്തൽകുളത്തിൽ നിന്ന് ഓസ്ട്രേലിയക്കാർ എട്ട് സ്വർണ്ണമുൾപ്പെടെ 14 മെഡലുകൾ മുങ്ങി യെടുത്തു.

ഒളിമ്പിക് ഫുട്ബോളിന്റെ ചരിത്രത്തിലെ ഏറ്റവും തീക്ഷ്ണമായ ഫൈനലിൽ അനത്തോളി ഇലിയാൻ നിറയൊഴിച്ച ഗോൾഡൻ ഗോളിന് യൂഗോസ്ലാവ്യയെ കീഴടക്കി സോവിയറ്റ് യൂണിയൻ ടീം ഇനത്തിലെ

ഏറ്റവും മാറ്റുള്ള സ്വർണ്ണത്തിനുടമകളായി. മെൽബണിൽ ഇന്ത്യൻ ഫുട്ബോളിന്റെ സമ്മോഹന മുഹൂർത്തവും കണ്ടു. ആസ്ട്രേലിയക്കെതിരെ തങ്കലിപികളിൽ കുറിച്ചിട്ട നെവിൽ ഡിസൂസയുടെ ഹാട്രിക്കും കിട്ടുവിന്റെ വക മറ്റൊരു ഗോളും നേടിയ ഇന്ത്യയുടെ അമേച്വർടീമിനെ കഷ്ടിച്ചു മറികടന്നായിരുന്നു യൂഗോസ്ലാവ്യ കലാശക്കളിക്ക് അർഹത നേടിയത്. ലൂസേഴ്സ് ഫൈനലിൽ ഇന്ത്യ ബൾഗേറിയയിലെ പ്രൊഫഷണൽ താരങ്ങളോട് ഏകപക്ഷീയമായ മൂന്ന് ഗോളിന് തോറ്റെങ്കിലും ടൂർണമെന്റിലെ മികച്ച സ്കോറർ നെവിൽ ഡിസൂസതന്നെയായിരുന്നു. നെവിൽ ബൾഗേറിയയുടെ ദിമിത്രി മിലാനോവുമായി ഈ ബഹുമതി പങ്കിട്ടു. ഇരുവരും നാല് ഗോൾവീതം നേടി. ഒളിമ്പിക്സിനു കൊടിയിറങ്ങിയതോടെ നെവിൽ ഡിസൂസ ആസ്ട്രേലിയൻ പൗരത്വം സ്വീകരിക്കുകയുണ്ടായി. ഇന്ത്യകണ്ട എക്കാലത്തെയും ഏറ്റവും മികച്ച പരിശീലകനായ എസ് എ റഹിമിന്റെ ശിക്ഷണത്തിലായിരുന്നു മെൽബണിൽ നമ്മുടെ ദേശീയ ടീം അഭിമാനാർഹമായ നാലാംസ്ഥാനം നേടിയത്. ഹോക്കിയിൽ മികച്ച പ്രകടനം കാഴ്ചവച്ചിട്ടും പാകിസ്താന് ഇന്ത്യയുടെ കുതിപ്പ് തടയാനായില്ല. കലാശക്കളിയിൽ ഒരേയൊരു ഗോളിനാണ് നാം പാകിസ്താനെ മറികടന്നത്. രൺധീർസിങ്ങ്, ബൽബീർസിങ്ങ്, ലെസ്ലി ക്ലോസിയസ്, രംഗനാഥൻ ഫ്രാൻസിസ് എന്നിവരുടെ ചാരുതയാർന്ന സ്റ്റിക്വർക്കും പന്തടക്കവും ഗതിവേഗവും അത്ഭുതാദരങ്ങളോടെയായിരുന്നു ലോകം അന്ന് കണ്ടിരുന്നത്.

എമിൽ സാട്ടോപെകിനെപോലെ ദീർഘദൂരഓട്ടത്തിൽ പൂർണ്ണമായ ആധിപത്യം സ്ഥാപിച്ച ഒരു താരത്തെ സൃഷ്ടിക്കാൻ മെൽബൺ

മെൽബൺ 1956

22.11.1956 - 8.12.1956

ആതിഥേയരാജ്യം	:	ഓസ്ട്രേലിയ
രാജ്യങ്ങൾ	:	67
കായികതാരങ്ങൾ	:	2813 (പുരു 2442 + സ്ത്രീ 371)
ഉദ്ഘാടനം	:	എഡിൻബർഗ് ചക്രവർത്തി (ഡ്യൂക്ക്)
ഒളിമ്പിക് ദീപം	:	റോൺ ക്ലാർക് (അത്ലറ്റിക്സ്)
ഒളിമ്പിക് പ്രതിജ്ഞ	:	ജോൺ ലാൻഡി (അത്ലറ്റിക്സ്)

മേളയ്ക്കു കഴിഞ്ഞു. സോവിയറ്റ് യൂണിയന്റെ വ്ളാദിമിർ കുട്സ് എന്ന കുറിയ മനുഷ്യൻ 5000 മീറ്ററിലും (13:39.6) 10000 മീറ്ററിലും (28:45.6) പ്രതിയോഗികളെ അതിശയിപ്പിച്ചുകൊണ്ട് റെക്കോർഡുകൾ തിരുത്തിക്കുറിച്ചു. മാരത്തോണിലും മത്സരിച്ചിരുന്നെങ്കിൽ ഒരുപക്ഷെ സാട്ടോപെകിന് സംശീർഷനാകാൻ കഴിയുമായിരുന്നു.

മെൽബൺ ഒളിമ്പിക്സിൽ മത്സരിക്കാനിറങ്ങുമ്പോൾ ഓസ്ട്രേലിയക്കാരി ബെറ്റി കുത്ബർടിന് പതിനെട്ട് വയസ്സേ പ്രായമുണ്ടായിരുന്നുള്ളു. ഒരു സാധാരണ അത്‌ലറ്റിന്റെ പരിഗണനമാത്രമാണവർക്ക് കിട്ടിയതും. പക്ഷെ, 100 മീറ്ററിൽ റെക്കോർഡോടെ വേഗത്തിന്റെ റാണിയായപ്പോൾ ബെറ്റി കാണികളുടെ ഹരമായി. ഫൈനലിൽ ജർമ്മനിയുടെ ക്രസ്റ്റസ്റ്റബ്നിക്കിനെ അഞ്ചടിയോളം പിന്നിലാക്കിക്കൊണ്ടായിരുന്നു ബെറ്റി സ്പർശരേഖ കടന്നത് – സമയം 11.5 സെക്കന്റ്. നാല് ദിവസത്തിനകം 200 മീറ്ററിലും ജയിച്ചുകയറി. പിന്നാലെ 4 X 100 മീറ്റർ റിലേയിലും സ്വർണ്ണം. അക്ഷരാർത്ഥത്തിൽതന്നെ ബെറ്റി ഓസിസിന്റെ വീരനായികയായി.

ബെറ്റിയെ അനുസ്മരിപ്പിച്ചുകൊണ്ട് പുരുഷവിഭാഗത്തിൽ അമേരിക്കയുടെ ജോമോറോയും മൂന്ന് സ്വർണ്ണമെഡലുകൾ നേടി. ആറടി ഒന്നരയിഞ്ച് ഉയരക്കാരനായ മോറോ അസാധാരണമായ വേഗതകൊണ്ട് ലോകത്തെ വിസ്മയിപ്പിക്കുകയായിരുന്നു. 1955നും '58നും ഇടയ്ക്ക് താൻ മാറ്റുരച്ച മത്സരങ്ങളിൽ ഒരിക്കൽ മാത്രമേ മോറോക്ക് തോൽവി രുചിക്കേണ്ടിവന്നുള്ളു.

ഷോട്ട്പുട്ടിൽ ഒരു നൂതനശൈലി കാഴ്ചവച്ച പാരി ഒബ്രിയൻ, ട്രിപ്പിൾജമ്പിൽ അഗ്മിർ പെരേര ഡാ സിൽവ, പോൾവാൾട്ടിൽ റോബർട്ട് റിച്ചാർഡ്സ് എന്നിവർ ഹെൽസിങ്കിയിൽ നേടിയ സ്വർണ്ണവിജയം ഇവിടെയും ആവർത്തിച്ചു.

ത്രോ ഇനങ്ങളിൽ ലോകത്തെ എക്കാലത്തെയും മികച്ച അത്‌ല

മെഡൽനില

1.	സോവിയറ്റ് യൂണിയൻ	37	29	32
2.	അമേരിക്ക	32	25	17
3.	ആസ്ട്രേലിയ	13	8	14
4.	ഹംഗറി	9	10	7
5.	ഇറ്റലി	8	8	9
6.	സ്വീഡൻ	8	5	6
7.	ബ്രിട്ടൻ	6	7	11
8.	ജർമ്മനി	5	9	6
9.	റൊമാനിയ	5	3	5
10.	ജപ്പാൻ	4	10	5
24.	**ഇന്ത്യ**	**1**	**0**	**0**

റ്റായ അമേരിക്കയുടെ അൽ ഓർട്ടർ തന്റെ ജൈത്രയാത്ര ആരംഭിച്ചത് മെൽബണിലായിരുന്നു. 1956 തൊട്ട് തുടർച്ചയായി നാല് ഒളിമ്പിക്സിൽ റെക്കോർഡോടെ ഡിസ്കസ്ത്രോയിൽ സ്വർണ്ണം. ഒരേയിനത്തിൽ തുടർച്ചയായി നാല് ഒളിമ്പിക്സ് സ്വർണ്ണം നേടുന്ന ഏക അത്‌ലറ്റ് എന്ന ഖ്യാതിയും ഓർട്ടർക്കാണ്. ആറടി മൂന്നര ഇഞ്ച് ഉയരവും ഒത്ത തടിയുമുണ്ടായിരുന്ന ഓർട്ടർ കരുത്തിന്റെ പ്രതീകമായിരുന്നു. പക്ഷേ, തന്റെ ഭീമാകാരമായ ശരീരവുമായി ട്രാക്കിൽ കാര്യമായൊന്നും ചെയ്യാൻ കഴിയില്ലെന്നു മനസ്സിലാക്കിയ ഓർട്ടർ ഡിസ്കസിലാണ് തന്റെ ഭാവിയെന്ന് മനസ്സിലാക്കി. മെൽബണിൽ ലോകറെക്കോഡുകാരനായ ഫോർച്യൂൻ ഗോർഡിമിനെ തോൽപ്പിച്ചാണ് ഓർട്ടർ തന്റെ സ്വർണ്ണവേട്ടയ്ക്ക് (56.36 മീറ്റർ) തുടക്കമിട്ടത്. അടുത്ത മൂന്ന് ഒളിമ്പിക്സിലും ഒന്നിനൊന്നു മെച്ചപ്പെട്ട പ്രകടനം കാഴ്ചവയ്ക്കുകയും ചെയ്തു.

എക്കാലത്തെയും ഏറ്റവും മികച്ച രണ്ട് ഹർഡിൽ താരങ്ങളുടെ ബലാബലത്തിൽ നിർഭാഗ്യത്തിന്റെ തോഴനായ ജാക്ഡേവിസിനെ മറികടന്ന് ലീ കലഹൻ വിജയം കൈവരിച്ചു. ഹെൽസിങ്കിയെപ്പോലെ ഇവിടെയും അൽപ്പംകൊണ്ടായിരുന്നു ഡേവിസിന് സ്വർണ്ണം നഷ്ടമായത്. 400 മീറ്റർ ഹർഡിൽസിൽ ഗ്ലെൻ ഡേവിസായിരുന്നു ചാമ്പ്യൻ. കലഹനും ഗ്ലെൻ ഡേവിസും നാല് വർഷത്തിനകം റോമിലും വിജയക്കുതിപ്പ് നടത്തി.

ഓളപ്പരപ്പിൽ ഓസ്ട്രേലിയയുടെ പതിനാലുകാരി ഡോൺ ഫ്രെയിസറുടെ കണ്ണഞ്ചിപ്പിക്കുന്ന വേഗത്തിനു മുന്നിൽ എതിരാളികൾക്ക് വള്ളപ്പാടകലെ നിൽക്കേണ്ടിവന്നു. 100 മീറ്റർ ഫ്രീസ്റ്റൈലിൽ നേടിയ സ്വർണ്ണം സോൺ 1960–ലും ’64–ലും കാത്തുസൂക്ഷിക്കുകയുണ്ടായി. ജിംനാസ്റ്റിക്സിൽ സോവിയറ്റ് യൂണിയന്റെ ലാറിസ ലത്യാതിന എന്ന പെൺകുട്ടി നാല് സ്വർണ്ണവും ഒരു വെള്ളിയും നേടിയത് ഈ ഒളിമ്പിക്സിലെ മഹത്തായ പ്രകടനങ്ങളിലൊന്നായി. ഒളിമ്പിക്സിൽ ഏറ്റവും കൂടുതൽ കിരീടം നേടിയ വനിതാജിംനാസ്റ്റും മറ്റാരുമല്ല. മൂന്ന് ഗെയിംസിലായി ഒമ്പത് സ്വർണ്ണം, അഞ്ച് വെള്ളി, നാല് വെങ്കലം. അങ്ങനെ ലാറിസയുടെ സമ്പാദ്യം 18 മെഡലുകൾ.

ഹംഗറിയും സോവിയറ്റ് യൂണിയനും തമ്മിലുള്ള വാട്ടർപോളോ പോരാട്ടം ഒരു ലഹളപോലെയായത് പെട്ടെന്നായിരുന്നു. ഏകപക്ഷീയമായ നാല് ഗോളിന് ഹംഗറി ജയിച്ചെങ്കിലും അവരുടെ മുന്നേറ്റനായകന്റെ മിഴികളിലൊന്ന് റഷ്യൻ പ്രതിരോധ പോരാളിയുമായുള്ള കൂട്ടിമുട്ടലിലും തുടർന്നുള്ള മാന്തലിലുംപെട്ട് നഷ്ടമായി. ഒടുവിൽ സംഗതികൾ നിയന്ത്രണത്തിലാക്കാൻ ഒരുസംഘം പൊലീസുകാർക്ക് യൂണിഫോമിൽതന്നെ വെള്ളത്തിലേക്ക് ചാടേണ്ടിവന്നു. വെള്ളത്തിനടിയിലെ ബോക്സിങ് മത്സരമെന്നാണ് റഫറി ഇതിനെ വിശേഷിപ്പിച്ചത്. ഇതിന്റെ ഫലമായി സോവിയറ്റ് യൂണിയന് അയോഗ്യത കൽപ്പിക്കപ്പെട്ടു.

17

വിൽമ ഒരു വിസ്മയമായി; അബീബ് ബകിലയും

ആയിരത്തി തൊള്ളായിരത്തി എട്ടിൽ ഒളിമ്പിക്സിന് ആതിഥേയത്വം വഹിക്കേണ്ടതായിരുന്നു റോം. അന്ന് അത് നഷ്ടപ്പെടുത്തിയ അവർക്ക് പിന്നെ ഒരു അവസരത്തിനായി അൻപത്തിരണ്ട് വർഷം കാത്തിരിക്കേണ്ടിവന്നു. ഒളിമ്പിക്സിന്റെ പേരിൽ റോമക്കാർക്ക് പഴയ പല പിഴവുകളുടെയും പ്രായശ്ചിത്തം ചെയ്യാനുണ്ടായിരുന്നു. അതിനാൽ 1960–ൽ വിശുദ്ധനഗരമായ റോമിൽ വിരുന്നിനെത്തിയ ഒളിമ്പിക്സ് കഴിവിനൊത്ത് അവർ ഗംഭീരമാക്കി. ആഗസ്റ്റ് 25 മുതൽ സെപ്റ്റംബർ 11 വരെയായിരുന്നു റോമിൽ ഒളിമ്പിക്സ് അരങ്ങേറിയത്. 17 സ്പോർട്സ് ഇനങ്ങളിലായി 150 മത്സരങ്ങൾ. 83 രാജ്യങ്ങളിൽ നിന്നായി 611 വനിതകളടക്കം 5338 കായികതാരങ്ങൾ. രണ്ടായിരം വർഷംമുൻപ് റോമക്കാർ ഗുസ്തിമത്സരങ്ങൾ സംഘടിപ്പിച്ചിരുന്നു. മാക്സെന്റസ് ബസിലിക്കയിൽ തന്നെ ആ ഇനം അരങ്ങേറി. പുതിയതായി നിർമ്മിച്ച, ലക്ഷം പേരെ ഉൾക്കൊള്ളാവുന്ന ഒളിമ്പിക്സ്റ്റേഡിയമായിരുന്നു മുഖ്യവേദി.

അത്‌ലറ്റിക്സിൽ അമേരിക്ക 12 സ്വർണ്ണമെഡലുകൾ നേടിയപ്പോൾ 11 സ്വർണ്ണവുമായി സോവിയറ്റ് യൂണിയൻ പിന്നിലുണ്ടായിരുന്നു. മൽപ്പിടുത്തത്തിൽ തുർക്കി സോവിയറ്റ് യൂണിയനെ മലർത്തിയടിച്ചു. എന്നാൽ ഭാരോദ്വഹനത്തിൽ സോവിയറ്റ് മേധാവിത്വമായിരുന്നു. ബോക്സിങ്ങിൽ അമേരിക്കയും ഇറ്റലിയും ഒപ്പത്തിനൊപ്പം നിന്നു. ജിംനാസ്റ്റിക്സിൽ സോവിയറ്റ് താരങ്ങൾ 10 സ്വർണ്ണമുൾപ്പെടെ 26 മെഡലുകൾ വാരിയെടുത്തു. നീന്തലിൽ അമേരിക്ക ഒൻപത് സ്വർണ്ണം നേടിയപ്പോൾ അഞ്ചെണ്ണം ആതിഥേയർക്ക് അവകാശപ്പെട്ടതായി. അഞ്ച് സ്വർണ്ണത്തോടെ സൈക്കി

ളിൽ ഇറ്റാലിയൻ സവാരിയായിരുന്നു. ബാസ്കറ്റ്ബോളിൽ അമേരിക്കയും ഫുട്ബോളിൽ യുഗോസ്ലാവ്യയും ചാമ്പ്യന്മാരായി.

റോം ഒളിമ്പിക്സിൽ മാരത്തോണിൽ സ്വർണം നേടി ചരിത്രം സൃഷ്ടിച്ച എത്യോപ്യയുടെ അബീബെ ബകില

1928-ലെ ആംസ്റ്റർഡാം ഗെയിംസിൽ ആദ്യമായി ഹോക്കിയിൽ പങ്കെടുത്തതുമുതൽ സ്വർണ്ണമെഡലുമായി ആഗോളസഞ്ചാരം നടത്തുകയായിരുന്ന ഇന്ത്യക്ക് അത് നഷ്ടമായത് റോമിൽ വച്ചാണ്. ഫൈനലിൽ അയൽക്കാരായ പാകിസ്താന്റെ കൈകളാലേറ്റ പരാജയത്തോടെ ധ്യാൻചന്ദിന്റെ പിന്മുറക്കാർക്ക് വെള്ളിയിലേക്ക് പിന്മാറേണ്ടിവന്നു. നസീർ അഹമ്മദ് നേടിയ വിജയഗോൾ പാകിസ്താന് ഒരു രാഷ്ട്രീയ വിജയം കൂടി സമ്മാനിക്കുകയായിരുന്നു.

വിധിക്കുപോലും നിശ്ചയദാർഢ്യത്തെ തോൽപ്പിക്കാനാവില്ല എന്നത് റോമിൽ പല ആവർത്തി കണ്ടു. 100 മീറ്റർ, 200 മീറ്റർ, 400 മീറ്റർ റിലേ സ്വർണ്ണം മാറിലണിഞ്ഞ അമേരിക്കക്കാരി വിൽമ റുഡോൾഫ് എന്ന കറുത്ത വനിതയുടെ നേട്ടം വൈദ്യശാസ്ത്രത്തിനുപോലും വിശദീകരിക്കാനാവില്ല. 1932-നുശേഷം ഒരു അമേരിക്കൻ വനിതയ്ക്കും സ്പ്രിന്റ് ഇനങ്ങളിലെ സ്വർണ്ണം സ്വപ്നംകാണാൻകൂടി കഴിഞ്ഞിരുന്നില്ല. എന്നാൽ ഏഴുവയസ്സുവരെ പോളിയോ ബാധിച്ച്, ചലിക്കാൻകൂടി പരസഹായം തേടിയിരുന്ന വിൽമ കൊടുങ്കാറ്റിന്റെ വേഗവുമായി റോമിൽ സ്പ്രിന്റ് ഡബിൾ ചൂടിയത് വിഭ്രമിപ്പിക്കുകയും വിസ്മയിപ്പിക്കുകയും ചെയ്ത കാഴ്ചയായിരുന്നു. 22 മക്കളിൽ ഇരുപതാമതായി പിറന്ന വിൽമ മറ്റുകുട്ടികൾ നടക്കാൻ തുടങ്ങുന്ന കാലത്ത് പോളിയോ ബാധിച്ച് കിടപ്പിലായി. ഏഴാമത്തെ വയസ്സിൽ ഒരുവിധം നടന്നുതുടങ്ങിയ ആ കുട്ടി പതിനാറാമത്തെ വയസ്സിൽ മെൽബണിൽവന്ന് റിലേയിൽ വെങ്കലം നേടി. പതി

നൊന്നാം വയസ്സുവരെ ഓർത്തോപീഡിക് ഷൂവിന്റെ സഹായത്തോടെ നടന്നിരുന്ന വിൽമ റുഡോൾഫ് ഒടുവിൽ റോമിലെ അത്ഭുതമായി മാറി.

ആരായിരുന്നു റോമിലെ ഹീറോ? ആഫ്രിക്കൻ വൻകരയ്ക്ക് ആദ്യത്തെ ഒളിമ്പിക്സ്വർണ്ണം സമ്മാനിച്ച എത്യോപ്യയിൽ നിന്നെത്തിയ കറുത്ത മെലിഞ്ഞ ഒരു യോദ്ധാവായിരുന്നു ആ സ്ഥാനം നേടിയെടുത്തത്. മാരത്തോൺ മത്സരത്തിന്റെ തുടക്കം കുറിച്ചുകൊണ്ടുള്ള വെടിയൊച്ച മുഴങ്ങിയപ്പോൾ ആരാലും ശ്രദ്ധിക്കപ്പെടാതെ ഒതുങ്ങിനിന്നിരുന്ന ഒരു ചെറുപ്പക്കാരൻ. പേര് അബീബ് ബകില. ഹെയ്‌ലി സെലാസി ചക്രവർത്തിയുടെ അംഗരക്ഷകനാണ് അയാൾ. ആരും ഒരുവിലയും കൽപ്പിക്കാതിരുന്ന ബകില ഓട്ടം തുടങ്ങിയപ്പോൾ പക്ഷേ പ്രവാചകരെല്ലാം ഞെട്ടിപ്പോയി. രണ്ട് മണിക്കൂറും 15 മിനിറ്റും 16.2 സെക്കന്റുംകൊണ്ട് അബീബ് ആഫ്രിക്കയുടെ ആദ്യ ഒളിമ്പിക് വിജയിയെന്ന ചരിത്രനേട്ടത്തിന് ഉടമയായി. മുഴുവൻ ദൂരവും നഗ്നപാദനായിട്ടാണ് ഓടിയത്. നാല് വർഷം കഴിഞ്ഞ് ടോക്കിയോയിലും ബകില 'മാരത്തോൺ' വിജയം ആവർത്തിച്ചു. തുടർച്ചയായി രണ്ട് ഒളിമ്പിക്സിൽ മാരത്തോൺ സ്വർണ്ണം സ്വന്തമാക്കുന്ന ആദ്യ വ്യക്തിയും അബീബ് ബകിലയായിരുന്നു. പൂർവ്വ ജർമ്മനിയുടെ വ്ളാദിമർ സെർപൻസ്കി മോൺട്രീലിലും മോസ്കോയിലും വിജയിച്ചുകൊണ്ട് ബകിലയുടെ നേട്ടത്തിനൊപ്പം എത്തുകയുണ്ടായി. 1968-ൽ 17 കിലോമീറ്റർ ഓടിയശേഷം കാലിലെ ഒടിവുനിമിത്തം ബകില രംഗത്തുനിന്ന് പിൻവാങ്ങി. ഇദ്ദേഹത്തിന്റെ പിൽക്കാലജീവിതം കരുണാർദ്രമായിരുന്നു. ചക്രവർത്തി സെലാസി സമ്മാനമായി നൽകിയ കാറിൽ സഞ്ചരിക്കവേ അപകടത്തിൽപ്പെട്ട് നട്ടെല്ലിനു മുറിവുപറ്റി തളർവാതം വന്നു. പ്രയത്നശാലിയായ അദ്ദേഹം എന്നിട്ടും വീൽചെയറിൽ 1969-ൽ പാരൊളിമ്പിക്സിൽ പങ്കെടുത്തു. 1973-ൽ രോഗംമൂലം ബകില ജീവിതത്തോടു യാത്രപറഞ്ഞു.

ന്യൂസിലൻഡിൽ നിന്നെത്തിയ പീറ്റർസ്നെൽ എന്ന യുവാവാകട്ടെ 800 മീറ്ററിലെ റെക്കോർഡുമായാണ് മടങ്ങിയത്. റോമിലെ കന്നിവിജയം ഇന്ധനശക്തിയാക്കി മാറ്റിയ സ്നെൽ ടോക്കിയോയിൽ 800-ലും 1500-ലും ഇരുനേട്ടം കൈവരിച്ചു. റോമിൽ ഉജ്ജ്വലപ്രകടനം കാഴ്ചവച്ചവരിൽ സ്നെലിനൊപ്പം മറ്റൊരു കിവിതാരവുമുണ്ടായിരുന്നു. 5000 മീറ്ററിൽ ഒന്നാമനായ മുറെഹൈൽബർഗ്. മെൽബണിൽ വ്ളാദിമർ കുട്സിലൂടെ നേടിയ 10000 മീറ്റർ സ്വർണ്ണം പോയ്റ്റർ ബ്ലോറ്റ്നിക്കോവിലൂടെ (28:32.2 – ഒളിമ്പിക് റെക്കോർഡ്) സോവിയറ്റ് യൂണിയൻ നിലനിർത്തി. വാശിയേറിയ 200 മീറ്റർ പന്തയത്തിൽ ലോകചാമ്പ്യനായ അമേരിക്കയുടെ ലസ്റ്റർ കാർണിയെ രണ്ടാം സ്ഥാനത്തേക്കു പിന്തള്ളിയ ലിവ്യോ ബറൂട്ടി ലോകറെക്കോർഡിനൊപ്പമെത്തിക്കൊണ്ട് (20.5) ഇറ്റലിക്ക് വിജയത്തിന്റെ നിമിഷങ്ങൾ സമ്മാനിച്ചു. 100 മീറ്ററിലും അമേരിക്കൻ മോഹം റോമിൽ തകർന്നുവീണു. പശ്ചിമ ജർമ്മനിയുടെ ആർമിൻ ഹാരി ഒളി

മ്പിക് റെക്കോർഡോടെ (10.2) വേഗത്തിന്റെ രാജാവായി. വർഷങ്ങളായി തങ്ങൾ മാത്രം അനുഭവിച്ചിരുന്ന സ്പ്രിന്റ് കിങ് പദവി അമേരിക്കക്ക് കൈവിടേണ്ടിവന്നു. ഇംഗ്ലീഷ് സംസാരിക്കാത്ത രാജ്യങ്ങളിൽ നിന്നുള്ള ആദ്യത്തെ 100 മീറ്റർ ചാമ്പ്യനും മിന്നലോട്ടത്തിലെ ആദ്യത്തെ ജർമ്മൻ ജേതാവും ഹാരിതന്നെ. പക്ഷെ ഹാരിയുടെ കായിക ജീവിതം ഏറെ നീണ്ടുപോയില്ല. ഒരു വാഹനാപകടത്തെത്തുടർന്ന് അദ്ദേഹം രംഗംവിട്ടു. പിന്നീട് 1981–ലാണ് ഹാരി വാർത്തകളിൽ സ്ഥാനംപിടിച്ചത്. റോമൻ കാത്തലിക് ചർച്ച് ഫണ്ട് ദുരുപയോഗം ചെയ്തതിന്റെ പേരിൽ അദ്ദേഹം കുറ്റവാളിയായി മുദ്രകുത്തപ്പെട്ടു.

(സോവിയറ്റ് യൂണിയന്റെ ജിംനാസ്റ്റിക്സ് റാണി ലാറിസ ലത്യാനിന)

റോം 1960

25.08.1960 - 11.09.1960

ആതിഥേയരാജ്യം	:	ഇറ്റലി
രാജ്യങ്ങൾ	:	83
കായികതാരങ്ങൾ	:	5338 (പുരു 4727 + സ്ത്രീ 611)
ആകെ ഇനങ്ങൾ	:	150 (17)
ഉദ്ഘാടനം	:	പ്രസിഡന്റ് ജിയോവാനി ഗ്രോൻവി
ഒളിമ്പിക് ദീപം	:	ജിയാൻ കാർലോ പെരിസ് (അത്‌ലറ്റിക്സ്)
ഒളിമ്പിക് പ്രതിജ്ഞ	:	അഡോൾഫ് കൺസോളിനി (അത്‌ലറ്റിക്സ്)

ജാവലിൻ യോഗ്യതാറൗണ്ടിൽ 279 അടി 4 ഇഞ്ച് ദൂരം കുറിച്ച് ലോകറെക്കോർഡ് നിഷ്പ്രഭമാക്കിയ പോളണ്ടിന്റെ ജാനുസ് സിദ്‌ലോ ഫൈനലിൽ എട്ടാംസ്ഥാനത്തേക്ക് പിന്തള്ളപ്പെട്ടത് റോമിലെ അട്ടിമറികളിലൊന്നായിരുന്നു. 277 അടി 8 ഇഞ്ച് ദൂരത്തോടെ സോവിയറ്റ് യൂണിയന്റെ വിക്തർ ടിസ്ബ്ലങ്കോ വിജയപീഠമേറുന്നതു കാണുവാനുള്ള ഗതി

കേടും പോളിഷ്താരത്തിനുണ്ടായി. 37 മണിക്കൂറിലേറെ നീണ്ട കായിക ചരിത്രത്തിലെ ഏറ്റവും തീക്ഷ്ണമായ ഡെക്കാത്‌ലൺ പോരാട്ടത്തിൽ അമേരിക്കയുടെ റേഫർ ജോൺസനും ഫോർമോസയുടെ ചുവാൻ ക്വാങ് യാങ്ങും തമ്മിൽ അവസാനവിധി നിർണ്ണയിച്ചത് കേവലം 58 പോയിന്റിന്റെ വ്യത്യാസത്തിലായിരുന്നു. റേഫർ ജോൺസൺ സ്വർണ്ണം കൊണ്ടുപോയപ്പോൾ യാങ്ങിന്റെ രണ്ടാംസ്ഥാനം ചൈനീസ് വംശജനായ ഒരു കായികതാരത്തിന്റെ ആദ്യത്തെ ഒളിമ്പിക് നേട്ടമായി. ജോൺസൺ പിന്നീട് അമേരിക്കൻ പ്രസിഡണ്ടിന്റെ സ്വകാര്യ അംഗരക്ഷകനായി. പ്രസിഡന്റ് ജോൺ എഫ് കെന്നഡി വീണുകിടന്ന് അന്ത്യശ്വാസം വലിച്ചത് ബലിഷ്ഠമായ ആ കരങ്ങളിലാണ്. 1984-ലെ ലോസ് ആഞ്ചലസ് ഒളിമ്പിക്സിൽ ദിവ്യജ്യോതി തെളിച്ചതും റേഫർ ജോൺസനാണ്.

ഹർഡിൽസിൽ അമേരിക്കക്കാരുടേത് സമാനതകളില്ലാത്ത നേട്ടമായിരുന്നു. 110 മീറ്റർ 400 മീറ്റർ ഹർഡിൽസിലെ ആദ്യ ആറ് സ്ഥാനക്കാരും അമേരിക്കക്കാരായിരുന്നു. 400 മീറ്റർ ഓട്ടത്തിലെ ഫോട്ടോഫിനിഷ് നിർണ്ണയത്തിൽ പശ്ചിമജർമ്മനിയുടെ കോൾ കൗഫ്മാനെ പിന്തള്ളി അമേരിക്കയുടെ ഓട്ടിസ് ഡേവിസ് ജേതാവായി. ഈ ദൂരത്തിലെ ഏറ്റവും കഠിനമായ ഒരു ഫിനിഷ് ആയി അത് കണക്കാക്കപ്പെടുന്നു. 400 മീറ്റർ ഫൈനലിൽ ഓടിയ ഇന്ത്യയുടെ മിൽഖാസിങ്ങിന് സെക്കന്റിന്റെ പത്തിലൊരംശത്തിനാണ് മെഡൽ നഷ്ടമായത്. അന്ന് മിൽഖ സ്ഥാപിച്ച ദേശീയ റെക്കോർഡ് (45.6) മുപ്പത്തിയെട്ടു വർഷം നിലനിന്നു. പിറ്റിൽ 8.12 മീറ്റർ ദൂരത്തേക്ക് കുതിച്ചുചാടിയ റാൽഫ് ബോസ്റ്റൺ എന്ന നീഗ്രോയുവാവ് ജെസ്സി ഓവൻസിന്റെ ലോങ്ജമ്പ് റെക്കോർഡ് തകർക്കുന്നതും ഇവിടെ കണ്ടു. വനിതാ അത്‌ലറ്റിക്സിൽ പത്തിൽ ആറ് സ്വർണ്ണം സോവിയറ്റ് യൂണിയനിലേക്കു പോയി. അവരുടെ തമാര-ഐറിന പ്രസ് സഹോദരിമാർ 80 മീറ്റർ ഹർഡിൽസിലെയും

മെഡൽനില

1.	സോവിയറ്റ് യൂണിയൻ	43	29	31
2.	അമേരിക്ക	34	21	16
3.	ഇറ്റലി	13	10	13
4.	ജർമ്മനി (EUA)	12	19	11
5.	ആസ്ട്രേലിയ	8	8	6
6.	തുർക്കി	7	2	0
7.	ഹംഗറി	6	8	7
8.	ജപ്പാൻ	4	7	7
9.	പോളണ്ട്	5	3	5
10.	ചെക്കോസ്ലോവാക്യ	3	2	3

ഷോട്ട്പുട്ടിലെയും സ്വർണ്ണം പങ്കുവച്ചുകൊണ്ട് ഒരു വീട്ടിലേക്ക് രണ്ട് ഒളിമ്പിക് കിരീടം മുതൽക്കൂട്ടാക്കി.

ജിംനാസ്റ്റിക്സിൽ സോവിയറ്റ് യൂണിയന്റെ ബോറിസ് ഷാക്ലിൻ നാല് സ്വർണ്ണം നേടിക്കൊണ്ട് മെൽബണിലെ ജൈത്രയാത്രയ്ക്ക് തുടർക്കഥ രചിച്ചു. വനിതാ വിഭാഗത്തിൽ ലാറിസ ലത്യാനിനയും പോളിന ആസ്റ്റക്കോവയും കൂടി മെഡലുകളൊക്കെ മോസ്കോയിലേക്ക് കൊണ്ടുപോയി. ബോക്സിങ്ങിലെ ഇതിഹാസമായ കാഷ്യസ് ക്ലേ എന്ന് മുഹമ്മദ് ആലി പതിനെട്ടു തികയുംമുമ്പേ ഇടിക്കൂട്ടിൽ അരങ്ങേറ്റം കുറിച്ചതും റോം ഒളിമ്പിക്സിലായിരുന്നു. ലോകബോക്സിങ്ങിൽ വർഷങ്ങൾ നീണ്ടുനിന്ന ഒരു ജൈത്രയാത്രയുടെ തുടക്കവുമായിരുന്നു അത്.

18

എന്നും ഓർക്കാൻ ഏഷ്യൻ വിരുന്ന്

ആയിരത്തി തൊള്ളായിരത്തി അറുപത്തിനാല് – ഒളിമ്പിക്സ് ആദ്യമായി ഏഷ്യയിലെത്തുന്നു. യുദ്ധത്തിൽ തകർന്നടിഞ്ഞ ജപ്പാന്റെ ഉജ്ജ്വലമായ ഉയർത്തെഴുന്നേൽപ്പിന്റെ ചിത്രമാണ് ടോക്കിയോയിൽ കണ്ടത്. സാമ്പത്തികവും സാങ്കേതികവുമായ അവരുടെ വളർച്ചയുടെ പ്രതിഫലനം കൂടിയായിരുന്നു പതിനഞ്ചു നാളുകളിൽ അവിടെ തെളിഞ്ഞു നിന്നത്. ഹിരോഷിമയിൽ ആറ്റംബോംബ് വീണ അതേദിവസം പിറന്ന യോഷിനോരി സകായ് ആയിരുന്നു മുഖ്യസ്റ്റേഡിയത്തിൽ ഒളിമ്പിക്ദീപം കൊളുത്തിയത്.

നടത്തിപ്പിൽ, സജ്ജീകരണങ്ങളിൽ ടോക്കിയോ മറ്റെല്ലാ ഗെയിംസുകളെയും നിഷ്പ്രഭമാക്കി. ജപ്പാന്റെ വിപുലമായ സാങ്കേതികസൗകര്യങ്ങൾ മേളയുടെ സുഗമമായ ഒഴുക്കിന് തെല്ലൊന്നുമല്ല സംഭാവനകളർപ്പിച്ചത്. സാങ്കേതികത്വത്തിൽ ഏറ്റവും മുന്തിയതും ഏറ്റവും വേഗമേറിയതുമായ ടാർട്ടൺ (സിന്തറ്റിക്) ട്രാക്ക് തയ്യാറാക്കിയതും അത്യാധുനിക സാങ്കേതികശൈലിയിൽ നീന്തൽക്കുളം നിർമ്മിച്ചതും വൻശക്തികളെപ്പോലും അതിശയിപ്പിച്ചു. പ്രേക്ഷകരുടെ കാര്യത്തിലും അതുവരെയുണ്ടായിരുന്ന സകല റെക്കോർഡുകളും ടോക്കിയോ തിരുത്തിക്കുറിച്ചു. തങ്ങളുടെ നാട്ടിൽ വിരുന്നിനെത്തിയ ഒളിമ്പിക് ഗെയിംസിനെ ദേശീയ ഉത്സവംപോലെ ജപ്പാൻകാർ കൊണ്ടാടി.

ജൂഡോയും വോളിബോളും ആദ്യമായി അരങ്ങേറിയത് ഈ മേളയിലാണ്. റോമിൽ ആഫ്രിക്കൻ അത്‌ലറ്റുകൾ നടത്തിയ മിന്നലാട്ടം ടോക്കിയോവിൽ ഏറെ വ്യക്തമായി. പട്ടിണിരാജ്യങ്ങളാണ് അവിടെ

1964 ൽ ടോക്കിയോയിൽ 10000 മീറ്ററിൽ അമേരിക്കയുടെ വില്യം മിൽപ് സ്വർണം നേടുന്നു

ഏറെയെങ്കിലും കായികലോകത്ത് അവർ ഒരു ശക്തിയാകും എന്നതിന്റെ സൂചനകൾ ഇവിടെ പ്രകടമായി. ഒക്ടോബർ 10 മുതൽ 24 വരെ നടന്ന മത്സരങ്ങളിൽ 93 രാജ്യങ്ങളിൽ നിന്നായി 685 വനിതകളടക്കം 5140 കായികതാരങ്ങൾ പങ്കെടുത്തു. 19 സ്പോർട്സ് ഇനങ്ങൾ; 163 മത്സരങ്ങൾ.

അത്‌ലറ്റിക്സിൽ 12 സ്വർണ്ണമെഡൽ നേടി അമേരിക്ക പിടിമുറുക്കി. ജെസ്സി ഓവൻസിനുശേഷം ഏറ്റവും ശക്തനായ നീഗ്രോ അത്‌ലറ്റ് എന്ന വിശേഷണത്തോടെ ബോബ് ഹെയ്സ് 100 മീറ്ററിൽ അമേരിക്കയുടെ കൊടിക്കൂറ ഉയർത്തി. ഇരുപത്തിരണ്ടുകാരനായ ഹെയ്സ്

കേവലം 10 സെക്കന്റുകൾ കൊണ്ട് ഈ ദൂരം പിന്നിട്ടു. അതാകട്ടെ ലോക റെക്കോഡിനൊപ്പവുമായി. പതിനഞ്ച് ലോകറെക്കോർഡുകളും 144 ഒളിമ്പിക് റെക്കോർഡുകളും മാഞ്ഞുപോയ ഭാരോദ്വഹനത്തിൽ സോവിയറ്റ് മേധാവിത്വമായിരുന്നു. വാൾപ്പയറ്റിലും മുന്നേറിയത് സോവിയറ്റ് താരങ്ങൾ തന്നെ. ഗോദയിൽ മല്ലന്മാരുടെ പോരിൽ എതിരാളികളെ മലർത്തിയടിച്ച ജപ്പാൻകാർ അഞ്ചുതവണ സുവർണ്ണതരംഗമുണർത്തി.

പുതിയ ഇനമായ ജൂഡോയിൽ ജപ്പാന്റെ പൂർണ്ണ ആധിപത്യത്തിനു തടയിട്ടത് ഡച്ചുകാരൻ അന്റോണിയോസ് ഗിംസ്നി ആയിരുന്നു. ഓപ്പൺ ക്ലാസിലെ ഒരു സ്വർണ്ണം ഗിംസ്നി പിടിച്ചെടുത്തു. അമേരിക്കയുടെ ജലരാജാക്കന്മാരും റാണിമാരും സ്വർണ്ണപ്രഭ ചൊരിഞ്ഞ ഓളപ്പരപ്പിൽ 14 ലോകറെക്കോർഡുകളും 61 ഒളിമ്പിക് റെക്കോർഡുകളും മുങ്ങിപ്പോയി. ബാസ്കറ്റ്ബോളിൽ സോവിയറ്റ് യൂണിയനെത്തന്നെ വീണ്ടും കീഴടക്കി അമേരിക്ക അർത്ഥശങ്കയ്ക്കിടയില്ലാത്തവിധം ആധിപത്യം ഉറപ്പിച്ചു. ആദ്യമായി ഒളിമ്പിക് കലണ്ടറിൽ സ്ഥാനംപിടിച്ച വോളിബോളിൽ വനിതകളിൽ ജപ്പാനും പുരുഷന്മാരിൽ സോവിയറ്റ് യൂണിയനും സുവർണ്ണ പീഠമേറി. ഫുട്ബോളിൽ ചെക്കോസ്ലോവാക്യയെ 2–1നു കീഴടക്കി ഹംഗറി കിരീടമുയർത്തി.

റോം ഒളിമ്പിക്സിലെ തോൽവിക്ക് മധുരമായി പകരം വീട്ടിക്കൊണ്ട് ചരൺജിത് സിങിന്റെ നേതൃത്വത്തിലണിനിരന്ന ഇന്ത്യ അയൽക്കാരായ പാകിസ്താനിൽ നിന്ന് ഹോക്കി സ്വർണ്ണം തിരിച്ചുപിടിച്ചു. ഫൈനലിൽ നിർണ്ണായക ഗോളടിച്ച ബൽബീർ സിങ് ടൂർണ്ണമെന്റിലെ ടോപ്സ്കോററുമായി. ഇന്ത്യൻ പ്രതിരോധനിരയിലെ ശക്തിസ്തംഭമായിരുന്ന ധരം സിങ്ങിന് അന്ന് ഫൈനലിനിറങ്ങുമ്പോൾ പ്രായം 45 വയസ്സും 278 ദിവസവുമായിരുന്നു.

ന്യൂസിലൻഡിന്റെ പീറ്റർസ്നെൽ റോമിലെ 800 മീറ്റർ ജയം ആവർത്തിച്ചതിനൊപ്പം 1500 മീറ്ററും വെട്ടിപ്പിടിച്ചു. 1920–ൽ ആൽബർട്ട് ഹീൽ നേടിയതുപോലെ '800–1500 ഡബിൾ' വിജയം സ്വന്തമാക്കിയ സ്നെൽ ചരിത്രപുരുഷനും പീറ്റർ ദ ഗ്രേറ്റുമായാണ് ടോക്കിയോ വിട്ടത്. അമേരിക്കയുടെ സൂപ്പർ അത്‌ലറ്റായ അൽ ഓർട്ടർക്ക് ഡിസ്കസ് ത്രോവിൽ തന്റെ മൂന്നാം സ്വർണ്ണത്തിന്റെ സായൂജ്യമായി. അത്യന്തം ഗുരുതരമായ ഒരത്യാഹിതത്തെ അതിജീവിച്ചു കൊണ്ടായിരുന്നു അദ്ദേഹം ഇവിടെ വിജയപീഠമേറിയത്. വാരിയെല്ലിലെ പരിക്ക് വകവയ്ക്കാതെ രംഗത്തിറങ്ങിയ ഓർട്ടർ 61 മീറ്ററോടെ ഒളിമ്പിക് റെക്കോർഡിലേക്കായിരുന്നു ഡിസ്കസ് പായിച്ചത്. നാലുവർഷത്തിനുശേഷം മെക്സിക്കോ ഒളിമ്പിക്സിൽ 32–ാം വയസ്സിലും ഓർട്ടർ വീണ്ടുമെത്തി. അവിടെയും തന്റെ കിരീടം കാത്തുസൂക്ഷിച്ചതോടെ ഓർട്ടർ ജീവിക്കുന്ന ഇതിഹാസമായി മാറുകയായിരുന്നു. പത്ത് വർഷത്തോളം രംഗം വിട്ടുനിന്നശേഷം 1980–ലെ ഒളിമ്പിക്സിനായി ഓർട്ടർ തയ്യാറെടുപ്പ് നടത്തിയിരുന്നു. പക്ഷേ അമേരിക്ക മോസ്കോ ഒളിമ്പിക്സ് ബഹിഷ്കരിച്ചതോടെ ഓർട്ടർക്ക്

കോപവും നിരാശയും അടക്കാനായില്ല – "ഇക്കൂട്ടർ നശിക്കട്ടെ, സ്പോർട്സിനെപ്പറ്റി ഇവർക്കെന്തറിയാം?" അതാണ് അൽ ഓർട്ടർ.

ഒളിമ്പിക്സിൽ 5000 മീറ്ററിലോ 10000 മീറ്ററിലോ അമേരിക്കക്കാർ ജയിച്ച ചരിത്രമില്ല. എന്നാൽ അത്യപൂർവ്വമായ ഒരു ദീർഘദൂര പന്തയത്തിൽ അവരുടെ വില്യം മിൽസ് 10000 മീറ്ററിൽ ഒളിമ്പിക് റെക്കോർഡോടെ പുതുതരംഗം സൃഷ്ടിച്ചു. തൊട്ടടുത്ത ദിവസം നടന്ന 5000 മീറ്ററിൽ അനായാസം ജയിച്ച റോബർട്ട് ഷൂൾ മിൽസിന്റെ നേട്ടം യാദൃച്ഛികമല്ലെന്നു തെളിയിച്ചു. അന്നോളം ഒളിമ്പിക്സിലെ ദീർഘദൂര പാതകൾ കൈവശം വച്ചുകൊണ്ടിരുന്ന ഫിൻലൻഡിനും സോവിയറ്റ് ചേരിക്കുമേറ്റ പ്രഹരമായിരുന്നു മിൽസ്, ഷൂൾമാറിലൂടെ അമേരിക്ക നടത്തിയ ഈ വെട്ടിപ്പിടുത്തം.

റോമിൽ നഗ്നപാദനായി ഓടി മാരത്തോൺ കിരീടം ചൂടിയ അബീബ് ബകില ടോക്കിയോവിലും ഒന്നാമനായി. എന്നാൽ ഇവിടെ രണ്ടാം സ്വർണ്ണത്തിലേക്ക് തന്റെ നീണ്ട ചുവടുകൾ വച്ച ബകില ഷൂസ് അണിയാൻ പാകത്തിൽ പരിഷ്കാരിയായിരുന്നു. 100 മീറ്ററിൽ ബോബ് ഹെയ്സിന്റെ സ്വപ്നക്കുതിപ്പിനൊപ്പം 200 മീറ്ററിൽ ഹെൻറികാർ കൂടി നേടിയതോടെ റോമിൽ നഷ്ടമായ സ്പ്രിന്റിലെ ആധിപത്യം വീണ്ടെടുക്കാൻ അമേരിക്കക്കായി. നീണ്ട കാലുകളുള്ള പെൺമണികൾ വ്യോമിയ ടയസ് 100 മീറ്ററിലും എഡിത് മക്ഗുറെ 200 മീറ്ററിലും ജയിച്ചതോടെ ടോക്കിയോവിൽ അമേരിക്കൻ മിന്നലോട്ടക്കാരുടെ മേധാവിത്തം പൂർണ്ണമായി.

അതേസമയം ബ്രിട്ടനിൽനിന്നുമെത്തിയ ആൻ പാർക്കർ എന്ന വനിതാ അത്‌ലറ്റിന്റെ കാമുകൻ റോബി വൈറ്റ്‌വെൽ 400 മീറ്ററിൽ ജേതാവാകുമെന്ന് കായികപ്രേമികളും ആനും വിശ്വസിച്ചു. എന്നാൽ മൈക്ക് ലറാബിയുടെ വേഗതയ്ക്കു മുന്നിൽ വെള്ളിമെഡൽകൊണ്ടു തൃപ്തി

ടോക്കിയോ 1964

10.10.1964 - 24.10.1964

ആതിഥേയ രാജ്യം	:	ജപ്പാൻ
രാജ്യങ്ങൾ	:	93
താരങ്ങൾ	:	5140 (പുരു 4455 + സ്ത്രീ 685)
ആകെ ഇനങ്ങൾ	:	163 (19)
ഉദ്ഘാടനം	:	ഹിരോഹിതോ ചക്രവർത്തി
ഒളിമ്പിക് ദീപം	:	യോഷിനോരി സകായ് (ജപ്പാനിൽ അണുബോംബ് വീണ ദിവസം ജനിച്ച സ്കൂൾ വിദ്യാർത്ഥി)
ഒളിമ്പിക് പ്രതിജ്ഞ	:	തകാഷി ഒനോ (ജിംനാസ്റ്റിക്സ്)

പ്പെടേണ്ടി വന്നപ്പോൾ റോബിക്ക് സഹിക്കാനായില്ല. ട്രാക്കിൽ മുട്ടുകുത്തിക്കരഞ്ഞ റോബിക്ക് കാമുകി വാക്കുകൊടുത്തു; വനിതകളുടെ 800 മീറ്ററിൽ സ്വർണ്ണമെഡൽ നേടി റോബിക്ക് നൽകാമെന്ന്. കൂട്ടുകാരനു നൽകിയ വാഗ്ദാനം പാലിക്കാൻ ആൻ പാർക്കർ രണ്ടുകൽപ്പിച്ചിറങ്ങിയപ്പോൾ ഒളിമ്പിക് റെക്കോർഡുതന്നെ പിറന്നു – 2:01.1 രണ്ട് റൗണ്ട് ഓട്ടം ഈ സമയംകൊണ്ട് പിന്നിടുന്ന ആദ്യത്തെ വെള്ളക്കാരിയെന്ന ഖ്യാതിയും ആൻ പാർക്കർ എന്ന കോളേജുകുമാരിയെ തേടിയെത്തി.

റോമിൽ രണ്ടാംസ്ഥാനത്തേക്ക് പിന്തള്ളപ്പെട്ട സോവിയറ്റ് യൂണിയന്റെ വലേറി ബ്രൂമലിന് ഹൈജമ്പിൽ 2.18 മീറ്ററിന്റെ ഒളിമ്പിക് റെക്കോർഡോടെ ഇവിടെ സ്വർണ്ണം കൊയ്യാനായി. വനിതാ ലോങ്ജമ്പിൽ ലണ്ടനിൽ നിന്നുമെത്തിയ മേരി റാണ്ട് 6.76 മീറ്റർ ചാടിക്കടന്നപ്പോൾ ഒളിമ്പിക് രേഖ 39 സെന്റിമീറ്ററും ലോകറെക്കോർഡ് 0.06 സെന്റിമീറ്ററുംകണ്ട് കുറഞ്ഞുപോയി. വഞ്ചിതുഴയൽ ടീം നായകൻ സിഡ്നി റാണ്ടും പുത്രൻ ബില്ലുമായി ടോക്കിയോയിലെത്തിയ മേരി റാണ്ട് വീരനായികയായിട്ടാണ് മടങ്ങിയത്. പുരുഷന്മാരുടെ ലോങ്ജമ്പിൽ ജേതാവായ ബ്രിട്ടന്റെ ലിൻഡേവിസ് വെയിൽസിലേക്ക് ഒളിമ്പിക് സ്വർണ്ണം കൊണ്ടുപോകുന്ന ആദ്യ അത്‌ലറ്റ് എന്ന ചരിത്രനേട്ടത്തിനുടമയായി. അങ്ങനെ ലിൻഡേവിസ്, മേരി റാണ്ട്മാരിലൂടെ പിറ്റിൽ ബ്രിട്ടൻ ഒരു സാമ്രാജ്യം തന്നെ സ്ഥാപിച്ചു. 4 X 100 മീറ്റർ റിലേയിൽ പോളണ്ടിനെ സ്വർണ്ണത്തിലെത്തിച്ച ടീമിൽ ഐറിന കൊൽബുകോവസ്ക എന്ന പതിനഞ്ചുകാരിയുണ്ടായിരുന്നു. നാല് വർഷം കഴിഞ്ഞ് ഐറിന സെവൻസ്ക എന്ന പേരുമാറ്റത്തോടെ മെക്സിക്കോയിൽ എത്തിയ അവർ 200 മീറ്ററിൽ സ്വർണ്ണവുമായാണ് തിരിച്ചുപോയത്. പിന്നെയും നാലാണ്ട് കഴിഞ്ഞ് 1972–ൽ മ്യൂണിക്കിൽ ഓമനപ്പുത്രനോടൊപ്പമെത്തിയ സെവൻസ്കയ്ക്ക് വെള്ളിയിലേക്ക് പിന്മാറേണ്ടിവന്നു. എന്നാൽ 1976–ൽ മോൺട്രീലിൽ മൂന്ന്

മെഡൽനില

1.	അമേരിക്ക	36	26	28
2.	സോവിയറ്റ് യൂണിയൻ	30	31	35
3.	ജപ്പാൻ	16	5	8
4.	ജർമ്മനി	10	22	18
5.	ഇറ്റലി	10	10	7
6.	ഹംഗറി	10	7	5
7.	പോളണ്ട്	7	6	10
8.	ഓസ്ട്രേലിയ	6	2	10
9.	ചെക്കോസ്ലോവാക്യ	5	6	3
10.	ബ്രിട്ടൻ	4	12	2
26.	**ഇന്ത്യ**	**1**	**0**	**0**

മക്കളുമായിവന്ന സെവൻസ്ക തോൽക്കാൻ തനിക്ക് മനസ്സില്ലെന്ന വീര ഗാഥ രചിച്ച് 400 മീറ്ററിൽ സുവർണ്ണപതക്കം മാറിലണിഞ്ഞു. 1980–ൽ മോസ്കോയിലും മത്സരിക്കാനിറങ്ങിയെങ്കിലും മെഡൽഭാഗ്യമുണ്ടായില്ല.

യേൽ യൂണിവേഴ്സിറ്റി വിദ്യാർത്ഥിയായ ഡോൺ ഷോളണ്ടർ ഐതിഹാസിക നായകനാവുന്നത് ഈ മേളയിലാണ്. നീന്തൽക്കുള ത്തിൽ അമേരിക്കൻ ആധിപത്യത്തിന്റെ അമരക്കാരനായി വിളങ്ങിയ ഷോളണ്ടർ 100, 200 മീറ്റർ ഫ്രീസ്റ്റൈൽ, 400, 800 മീറ്റർ റിലേ എന്നീ നാലിനങ്ങളിൽ സ്വർണ്ണം വാരി. ഇരുപത്തിരണ്ട് വയസ്സ് തികയുന്നതി നുമുമ്പ് 22 ലോകറെക്കോർഡും 32 അമേരിക്കൻ റെക്കോർഡും സ്വന്തം പേരിലാക്കിയ ഈ ജലരാജൻ 1968–ൽ മെക്സിക്കോയിൽ പങ്കെടുത്തെ ങ്കിലും 800 മീറ്റർ റിലേ മെഡൽ മാത്രമേ നിലനിർത്താൻ കഴിഞ്ഞുള്ളു.

തുടർച്ചയായി മൂന്ന് ഒളിമ്പിക്സിൽ ഒരേ ഇനത്തിൽ സ്വർണ്ണം നേടിയ ഏക നീന്തൽത്താരമെന്ന ബഹുമതി ഇന്നും ഓസ്ട്രേലിയക്കാരി ഡോൺ ഫ്രെയിസർക്ക് അവകാശപ്പെട്ടതാണ്. 1956, 60 ഒളിമ്പിക്സുക ളിൽ താൻ നേടിയ 100 മീറ്റർ ഫ്രീസ്റ്റൈൽ വിജയം ഫ്രെയിസർ ടോക്കി യോവിലും ആവർത്തിച്ചു. ഒളിമ്പിക്സിൽ ഒരു മിനിറ്റിൽ കുറഞ്ഞ സമ യംകൊണ്ട് 100 മീറ്റർ നീന്തുന്ന ആദ്യ വനിതയെന്ന വിശേഷണവും ഡോണിനുള്ളതാണ്. മൂന്ന് ഒളിമ്പിക്സിൽനിന്ന് നാലുവീതം സ്വർണ്ണവും വെള്ളിയും ആണ് ഇവരുടെ സമ്പാദ്യം. സിഡ്നിയിലെ തൊഴിലാളി കുടും ബത്തിലെ എട്ടുമക്കളിൽ ഇളയവളായിരുന്ന ഡോൺ ലോകമറിയുന്ന നീന്തൽക്കാരിയായിത്തീർന്നത് ദുരിതങ്ങൾ ഏറെ പിന്നിട്ടാണ്. പതി നഞ്ചാം വയസ്സിൽ സ്കൂളിനോടു വിടപറഞ്ഞ ഈ പെൺകുട്ടി നീന്തൽ പരിശീലനത്തിന് പണമുണ്ടാക്കിയത് വസ്ത്രനിർമ്മാണ ഫാക്ടറിയിൽ ജോലിചെയ്താണ്. പത്തൊമ്പതാം വയസ്സിൽ മെൽബൺ ഒളിമ്പിക്സിൽ 100 മീറ്റർ ഫ്രീസ്റ്റൈലിൽ ലോകറെക്കോർഡോടെ സ്വർണ്ണമണിഞ്ഞതോ ടെയാണ് സോൺ ജന്മനാടായ ഓസ്ട്രേലിയയിൽ അംഗീകരിക്കപ്പെട്ടു തുടങ്ങിയത്. 1960–ൽ റോമിൽ സ്വർണ്ണം നിലനിർത്തിയെങ്കിലും ടീമധി കൃതർ അനുവദിച്ചിരുന്ന സ്വിമ്മിങ് സ്യൂട്ട് ധരിക്കാതെ സ്വയം ഡിസൈൻ ചെയ്ത മറ്റൊന്നണിഞ്ഞത് വിവാദത്തിനു തിരികൊളുത്തി.

ഡോണിനെ വിവാദങ്ങളും ദുരന്തങ്ങളും ഒഴിഞ്ഞുപോയിരുന്നില്ല. ഒളിമ്പിക്സിനുള്ള തയ്യാറെടുപ്പിന്റെ ഭാഗമായി ടോക്കിയോയിൽ പരിശീ ലനത്തിനെത്തിയ ഡോൺ ഡ്രൈവുചെയ്തിരുന്ന കാർ അപകട ത്തിൽപ്പെട്ടു. ഒപ്പമുണ്ടായിരുന്ന അമ്മ സംഭവസ്ഥലത്തു മരിച്ചു. സഹോ ദരി അബോധാവസ്ഥയിലായി. ഡോൺ രക്ഷപ്പെട്ടെങ്കിലും ആറു മാസ ത്തോളം ആശുപത്രിയിൽ കഴിയേണ്ടിവന്നു. എന്നിട്ടും ടോക്കിയോയിൽ അവിസ്മരണീയ പ്രകടനത്തോടെ അവർ ഹാട്രിക് വിജയം പൂർത്തി യാക്കി. തൊട്ടുപിന്നാലെയായിരുന്നു ആ സംഭവം. സ്വർണ്ണം നേടിയ അതേദിവസം രാത്രി ജപ്പാൻ രാജാവിന്റെ കൊട്ടാരത്തിൽനിന്ന് ഒരു പതാക മോഷ്ടിച്ചതിന് ഡോൺ അറസ്റ്റിലായി. കേസ് ഉടൻ പിൻവലി

ക്കപ്പെട്ടു. രാജാവാകട്ടെ ഉപഹാരമായി ഏതാനും പതാകകൾ ഡോണിന് കൊടുത്തയക്കുകയും ചെയ്തു. പക്ഷേ, നാടിനപമാനമുണ്ടാക്കിയ ഒളിമ്പിക് ചാമ്പ്യനെക്കുറിച്ച് ഓസ്ട്രേലിയൻ ഒളിമ്പിക് സമിതിക്ക് തീരെ മതിപ്പുണ്ടായില്ല. അവർ ഡോണിനെ പത്ത് വർഷത്തേക്ക് സസ്പെൻഡ് ചെയ്തു. പിന്നീട് നിയമയുദ്ധത്തെ തുടർന്ന് നാല് വർഷത്തിനുശേഷമാണ് സസ്പെൻഷൻ പിൻവലിച്ചത്. 1990-ൽ ഈ വിവാദനായിക ന്യൂസൗത്ത് വെയിൽസ് പ്രവിശ്യാ പാർലമെന്റിലേക്ക് തെരഞ്ഞെടുക്കപ്പെട്ടു. പലരും വെറുത്തെങ്കിലും പിന്നീട് നൂറ്റാണ്ടിന്റെ താരമായി ഡോൺ ഫ്രെയിസർ അവരോധിക്കപ്പെടുകയുണ്ടായി.

റോമിലെപോലെ ടോക്കിയോയിലും ത്രോ ഇനങ്ങളിൽ പ്രസ് സഹോദരിമാരായ തമാരയും ഐറിനയും അത്ഭുതം സൃഷ്ടിച്ചു. തമാര പ്രസ് ഷോട്ട്പുട്ടിലെ വിജയം ആവർത്തിച്ചതിനൊപ്പം ഡിസ്കസിലും ഒന്നാമതായി. ഐറിനപ്രസ് പെന്റാതലണിലും 80 മീറ്റർ ഹർഡിൽസിലും തന്റെ സുവർണ്ണവിജയം ആവർത്തിച്ചു. ലെനിൻ ഗ്രാഡിൽ നിന്നുള്ള ഈ ജൂതസഹോദരിമാർ ഒളിമ്പിക്സിൽ മൊത്തം അഞ്ച് സ്വർണ്ണവും ഒരു വെള്ളിയും നേടി. ഇരുവരുടെയും മികവിൽ പിറന്നതാകട്ടെ മൊത്തം 26 ലോകറെക്കോർഡും. എന്നാൽ അന്താരാഷ്ട്രമത്സരങ്ങളിൽ സെക്സ് പരിശോധന നിർബന്ധമാക്കിയപ്പോൾ പ്രസ് സഹോദരിമാർ പെട്ടെന്നുതന്നെ വേദിവിട്ടു. അതിന്റെ കാരണം അജ്ഞാതമാണ്.

സോവിയറ്റ് യൂണിയന്റെ ജിംനാസ്റ്റിക് താരം ലാറിസ ലത്യാനിനയും ഓസ്ട്രേലിയയുടെ ഡോൺ ഫ്രെയിസറും ടോക്കിയോയിലെ മികച്ച താരങ്ങളായി. രണ്ട് ഒളിമ്പിക്സിൽ നിന്ന് ഏഴ് സ്വർണ്ണവും നാല് വെള്ളിയും നേടി ഔന്നത്യത്തിന്റെ ഉന്നതവിതാനത്തിലെത്തിയ ചെക്കോസ്ലാവാക്യയുടെ അത്ഭുത ജിംനാസ്റ്റ് വെര കസ്ലാവസ്ക കടന്നുവന്നതും ടോക്കിയോ മേളയിലൂടെയായിരുന്നു. സ്വാതന്ത്ര്യാനന്തര ഇന്ത്യയിൽ ഒളിമ്പിക് ഫൈനലിലെത്തുന്ന മൂന്നാമത്തെ ആളെന്ന ബഹുമതിക്ക് ഗുരുബച്ചൻ സിങ് രൺധാവ അർഹനായത് ഇവിടെയാണ്. 110മീറ്റർ ഹർഡിൽസിലാണ് രൺധാവ ഫൈനലിൽ കടന്നത്.

19

കറുത്തവന്റെ കരുത്തും നൂറ്റാണ്ടിലെ ചാട്ടവും

ഒളിമ്പിക്സ് പോലുള്ള ഒരു മഹാമേള മെക്സിക്കോ പോലുള്ള ഒരു വികസ്വര രാഷ്ട്രത്തിന് താങ്ങാനാവുമോ എന്നായിരുന്നു സംശയം. അത് സംഭവിച്ചാൽ തന്നെ കളിക്കളത്തിൽ എന്തൊക്കെ ഉണ്ടാകാൻ പോകുന്നു എന്ന ആശങ്ക വേറെയും. സമുദ്രനിരപ്പിൽ നിന്നും 2270 മീറ്റർ ഉയരത്തിൽ സ്ഥിതിചെയ്യുന്ന മെക്സികോസിറ്റിയുടെ 'തിൻ എയറി'ൽ തകരാൻ പോകുന്ന റെക്കോർഡുകളെക്കുറിച്ച് കായികവിദഗ്ദ്ധർ വിഭാവനം ചെയ്യുമ്പോൾ ഓക്സിജന്റെയും മർദ്ദത്തിന്റെയും കുറവുകൊണ്ട് ട്രാക്കിലും ഫീൽഡിലും കുഴഞ്ഞുവീഴാൻ ഇടയുള്ള കായികതാരങ്ങളാണ് ശാസ്ത്രജ്ഞരുടെ മനസ്സിൽ തെളിഞ്ഞത്. 1968 ഒക്ടോബർ 12 മുതൽ 27 വരെ നടന്ന മത്സരങ്ങളിൽ പങ്കുകൊള്ളാനായി 112 രാജ്യങ്ങളിൽ നിന്നായി 781 സ്ത്രീകളുൾപ്പെടെ 5516 കായികതാരങ്ങൾ എത്തിയിരുന്നു. പങ്കെടുക്കുന്ന രാജ്യങ്ങളുടെ എണ്ണം ആദ്യമായി നൂറ് കടന്നതും ഇവിടെയായിരുന്നു. 18 സ്പോർട്സ് ഇനങ്ങളിലായി 182 മത്സരങ്ങളാണിവിടെ നടന്നത്.

ഉജ്ജ്വല പ്രകടനങ്ങളുടെയും എണ്ണമറ്റ റെക്കോർഡുകളുടെയും കാര്യത്തിൽ മെക്സിക്കോക്ക് ധാരാളം ഓർമ്മിക്കാനുണ്ട്. ഒളിമ്പിക്സിന്റെ ജീവനായ അത്‌ലറ്റിക്സിൽ 14 ലോകറെക്കോർഡുകളും 27 ഒളിമ്പിക് റെക്കോർഡുകളും ഇവിടെ മാഞ്ഞുപോയി. 15 സ്വർണ്ണവും 6 വെള്ളിയും 7 ഓട്ടുമെഡലും നേടിയ അമേരിക്കൻ അത്‌ലറ്റുകൾ പ്രതിയോഗികളെ അടുത്തൊന്നുമടുപ്പിച്ചില്ല. ബോബ് ബീമോന്റെ അടുത്ത നൂറ്റാണ്ടിലെ ചാട്ടം, ഡിക് ഫോസ്ബറിയുടെ ഹൈജമ്പിലെ നൂതന

നൂറ്റാണ്ടിലെ ചാട്ടം: മെക്സിക്കോ സിറ്റിയിൽ അമേരിക്കയുടെ ബോബ് ബീമോൻ 8.90 മീറ്ററോടെ ലോങ്ജമ്പിൽ ലോക റെക്കോർഡു സ്ഥാപിക്കുന്നു

ശൈലി, ട്രിപ്പിൾജമ്പ് വിക്ടർ സാനിയോവിന്റെ അരങ്ങേറ്റം, 7 മണിക്കൂർ പ്രയത്നിച്ച ബോബ് സെഗ്രിന്റെ പോൾവാൾട്ടിലെ വിജയം, പൂർവ്വ ജർമ്മൻ വനിതകളുടെ പടഹധ്വനി എന്നിങ്ങനെ മെക്സികോ ഒളിമ്പിക്സിന്റെ ദീപ്തമായ ഓർമ്മകൾ എന്തൊക്കെ.

"സ്വാതന്ത്ര്യം ശക്തമായ ഒരു വിത്താണ്. അത് പാകിയിരിക്കുന്നത് ആവശ്യകതയുടെ നിലത്താണ്. ഞാനും ഇവിടെയാണ് ജീവിക്കുന്നത്. എനിക്കും സ്വാതന്ത്ര്യം വേണം; നിങ്ങളെപ്പോലെതന്നെ" – അമേരിക്കൻ കവി ലങ്സ്റ്റൻ ഹ്യൂസിന്റെ ഈ വരികൾ ലോകമെമ്പാടുമുള്ള കറുത്തവംശജരുടെ ജീവിതാവസ്ഥയുടെയും ആശയാഭിലാഷങ്ങളുടെയും വ്യക്തമായ പ്രതിഫലനമാണ്. ജീവിതത്തിന്റെ എല്ലാ മേഖലകളിലും കറുത്ത വംശജർ തങ്ങൾക്ക് നിഷേധിക്കപ്പെട്ട സ്വാതന്ത്ര്യം തന്നെയാണ് ആദ്യമായി തേടുന്നത്. കളിക്കളങ്ങളും വിശ്വകായികമേളകളും ഈ സമരത്തിൽനിന്നും അന്വേഷണത്തിൽനിന്നും വിമുക്തമല്ല. ഒരു ജനത എന്ന നിലയിൽ കറുത്ത വംശജർ സ്വത്വം തിരിച്ചറിഞ്ഞു തുടങ്ങിയ പത്തൊമ്പതാം നൂറ്റാണ്ടിന്റെ അവസാനം മുതൽതന്നെ ഈ അന്വേഷണവും സമരവും ആരംഭിച്ചിരുന്നു. എന്നാൽ കായികരംഗത്ത് ഇത് ശക്തമായി പ്രതിഫലിച്ചു തുടങ്ങിയത് ഇരുപതാം നൂറ്റാണ്ടിന്റെ ആദ്യത്തിലാണ്. കറുത്തവന്റെ കരുത്തും കഴിവും അർത്ഥശങ്കക്കിടമില്ലാത്തവിധം വ്യക്തമാക്കിയ കളിക്കളത്തിലെ നേട്ടം, പക്ഷെ സാമൂഹിക–രാഷ്ട്രീയ ജീവിത

ത്തിൽ അവന്റെ വിജയവും വിമോചനവും ഉറപ്പുവരുത്തിയില്ല. എന്നാൽ കായികരംഗത്തെ കറുത്ത വംശജ പ്രസ്ഥാനത്തിന്റെ ആവേശവും ശക്തിയും വർദ്ധിച്ചുകൊണ്ടിരുന്നു. മെക്സികോവിൽ ഒളിമ്പിക്സിനു അരങ്ങൊരുമ്പോഴേക്കും അതിന് സുസംഘടിതമായ രൂപം കൈവന്നു. ഒടുവിൽ കറുത്ത വംശജന്റെ പോരാട്ടത്തിന്റെ തുറന്ന വേദിയായി മെക്സികോ മാറുകതന്നെ ചെയ്തു.

മെക്സികോ മേളയുടെ അഞ്ചാം നാൾ പ്രസ്ഥാനത്തെ പിടിച്ചുലച്ച ഒരു സംഭവമുണ്ടായി. 200 മീറ്റർ ഓട്ടത്തിന്റെ മെഡൽദാനം കഴിഞ്ഞ് അമേരിക്കയുടെ ദേശീയഗാനം *സ്റ്റാർ സ്പാംഗിൾഡ് ബാനർ* ഒഴുകിയെത്തുമ്പോൾ ലോകറെക്കോർഡോടെ സ്വർണ്ണം നേടിയ ടോമിസ്മിത്തും വെങ്കലം നേടിയ ജോൺ കാർലോസും പാദരക്ഷകളില്ലാതെ, പൗരാവകാശ ബട്ടണുകളണിഞ്ഞ് കറുത്ത ഉറധരിച്ച വലതുമുഷ്ടി ഉയർത്തി പ്രതിഷേധസൂചകമായി നിലകൊണ്ടു. അമേരിക്കൻ കറുത്ത വംശജ സംഘടനയുടെ ബ്ലാക് സല്യൂട്ട് നൽകിക്കൊണ്ട് വിജയപീഠത്തിൽ നമ്രശിരസ്കരായി നിന്ന ഇവർ കറുത്ത വർഗ്ഗക്കാരോട് അമേരിക്ക കാട്ടുന്ന വിവേചനത്തിൽ പ്രതിഷേധിക്കുകയായിരുന്നു. ഒളിമ്പിക്സിന്റെ ചരിത്രത്തിലെ ഏറ്റവും സാർഥകമായ രാഷ്ട്രീയ ഇടപെടലിന്റെ നിമിഷങ്ങളായിരുന്നു അവ.

മെക്സികോസിറ്റിയിൽ കറുത്ത വംശജരുടെ മിന്നുന്ന പ്രകടനങ്ങൾക്ക് മകുടം ചാർത്തിയത് ബോബ് ബീമോനായിരുന്നു. എക്കാലത്തെയും മികച്ച ലോങ്ജമ്പർ എന്നറിയപ്പെട്ടിരുന്ന അമേരിക്കയുടെ റാൽഫ് ബോസ്റ്റൺന്റെ അസിസ്റ്റന്റായിട്ടായിരുന്നു ബീമോൻ മെക്സികോസിറ്റിയിൽ വലംകാൽ ചവുട്ടിയിറങ്ങിയത്. ബോസ്റ്റണൊപ്പം സോവിയറ്റ് യൂണിയന്റെ ടെർ ഓവനീസ്യനും നിലവിലെ ജേതാവ് ബ്രിട്ടീഷുകാരൻ ലിൻ ഡേവിസും മത്സരിക്കാനിറങ്ങുമ്പോൾ ബീമോന് അധികമൊന്നും മോഹിക്കാനുണ്ടായിരുന്നില്ല. 8.35 മീറ്ററിന്റെ ലോങ്ജമ്പ് ലോകറെക്കോർഡ് ബോസ്റ്റണും ഓവനീസ്യനും ഒന്നിച്ചു പങ്കിടുകയായിരുന്നു. പ്രഥമ റൗണ്ട് മത്സരങ്ങളിൽ യോഗ്യതാരേഖയ്ക്ക് സമീപമെത്താൻതന്നെ വിഷമിച്ച ബീമോൻ തന്റെ നാലാമത്തെ ശ്രമത്തിൽ സർവശക്തിയും സമാഹരിച്ച് പിറ്റിലേക്ക് പാഞ്ഞു. പിന്നെ എല്ലാം അവിശ്വസനീയമായിരുന്നു. അളക്കാനുപയോഗിക്കുന്ന ഇലക്ട്രോണിക് ഉപകരണം 8.90 മീറ്റർ (29 അടി 21 1/2 ഇഞ്ച്) എന്ന റീഡിങ് കാണിച്ചു. അതിശയിപ്പിക്കുന്ന ഈ ദൂരംകണ്ട് വിധികർത്താക്കളിൽ ചിലരുടെ പുരികം ചുളിഞ്ഞു. യന്ത്രത്തിനു തകരാറു പറ്റിയതാവുമോ? സാധാരണ മത്സരങ്ങളിലെ അളവുകോലായ ടേപ്പ് തേടി ചിലർ ഓടി. നിരവധി തവണ അളന്നു തിട്ടപ്പെടുത്തിയിട്ടും ഇലക്ട്രോണിക് യന്ത്രം രേഖപ്പെടുത്തിയ ദൂരം അങ്ങനെ തന്നെ ശരിവയ്ക്കപ്പെട്ടു. കായികലോകത്ത് കേട്ടുകേൾവി പോലുമില്ലാത്ത ബീമോന്റെ കുതിപ്പ് നേരിട്ടുകണ്ട മെക്സിക്കൻ കാണികൾ തങ്ങൾ ആണ് ഏറ്റവും ഭാഗ്യവാന്മാരെന്ന് വിളിച്ചുപറഞ്ഞു. ഈ നൂറ്റാ

ണ്ടിലെതന്നെ ഏറ്റവും സമുന്നതനായ കായികതാരമെന്ന ഖ്യാതിയോടെയാണ് ബീമോൻ മെക്സികോ വിട്ടത്. ബീമോന്റെ റെക്കോർഡ് അടുത്ത നൂറ്റാണ്ടിലേക്കുള്ളതാണെന്ന് കരുതിയിരുന്നെങ്കിലും 23 വർഷത്തിനുശേഷം 1991-ലെ ടോക്കിയോ ലോകചാമ്പ്യൻഷിപ്പിൽ അമേരിക്കയുടെതന്നെ മൈക്ക് പവൽ ഈ രേഖയിലേക്ക് അഞ്ച് മില്ലിമീറ്റർകൂടി കൂട്ടിച്ചേർത്തു.

100 മീറ്ററിൽ അമേരിക്കയുടെ ജിം ഹൈൻസ് എന്ന കറുത്ത താരം 9.95 സെക്കന്റിൽ സ്പർശരേഖ കടന്നുകൊണ്ട് താനും റോണി റേസ്മിത്തും ചാൾസ് ഗ്രീനും ഒന്നിച്ചനുഭവിച്ചിരുന്ന നിലവിലെ ലോക റെക്കോർഡ് (9.99) സ്വന്തം പേരിലേക്ക് മാറ്റിയെഴുതി. 19.8 സെക്കന്റിൽ 200 മീറ്റർ താണ്ടിയ ടോമി സ്മിത്തും 43.8 സെക്കന്റിൽ ഒറ്റലാപ് ഓട്ടം പൂർത്തിയാക്കിയ ലീ ഇവാൻസും വിശ്വറെക്കോർഡുകൾ തകർത്തുകൊണ്ടുതന്നെ ട്രാക്കിൽ കറുത്ത വംശജരുടെ മേധാവിത്വകഥയിലെ മുന്നണിപോരാളികളായി.

ഡിക്ഫോസ്ബറി ഹൈജമ്പിൽ 7 അടി 4 1/4 ഇഞ്ച് (2.24 മീറ്റർ) മറികടന്നത് കാണികൾ അമ്പരപ്പോടെയാണ് ദർശിച്ചത്. ഹൈജമ്പിൽ സാധാരണ കൈയും കാലുകളും അരയുമാണ് ആദ്യം ബാർ കടക്കുക. എന്നാൽ ഫോസ്ബറി ആവിഷ്കരിച്ചു നടപ്പാക്കിയ അത്യന്തം സങ്കീർണ്ണമായ നൂതന ശൈലിയിൽ തലയും നട്ടെല്ലുമാണ് ആദ്യം ബാർ കടന്നത്. ഏറ്റവും ഒടുവിൽ കാലുകളും. ഫോം പിറ്റിൽ നട്ടെല്ലിടിച്ച് വീഴുന്ന രംഗം കാണികളിൽ ഭീതിയും ഭയവും സൃഷ്ടിച്ചെങ്കിലും ഫോസ്ബറിയുടെ ചാട്ടം പിൽക്കാലത്ത് ഫോസ്ബറിഫ്ളിപ്പ് എന്നപേരിൽ ലോകം കീഴടക്കി. പുതിയ ശൈലിയിൽ ഫോസ്ബറി ഒളിമ്പിക് റെക്കോർഡോടെ സ്വർണ്ണമണിയുകയും ചെയ്തു. ഇന്നത്തെ ചാട്ടക്കാരിലധികവും ഈ ശൈലിയാണ് സ്വീകരിക്കുന്നത്.

വനിതാ സ്പ്രിന്റിൽ അമേരിക്കയുടെ വ്യോമിയ ടയസ് സ്വർണ്ണം നിലനിർത്തിയപ്പോൾ 200 മീറ്ററിൽ ഐറിന സെവൻസ്കയിലൂടെ പോളിഷ് വിജയമായി. നാട്യങ്ങളൊന്നുമില്ലാതെ ട്രിപ്പിൾജമ്പിൽ പോരാടിയ സോവിയറ്റ് യൂണിയന്റെ വിക്തർ സാനിയേവ് എന്ന പയ്യൻ ഈ വേദിയിലെ അനശ്വരന്മാരിലൊരാളായിട്ടാണ് നാട്ടിൽ തിരിച്ചെത്തിയത്. ഇവിടെ 17.39 മീറ്ററോടെ ലോകറെക്കോർഡ് തിരുത്തിയ സാനിയേവ് മ്യൂണിക്കിലും മോൺട്രീലിലും തന്റെ ജൈത്രയാത്ര ആവർത്തിച്ചു. തുടർച്ചയായി മൂന്ന് തവണ ഹോപ്-സ്റ്റെപ്പ് ആന്റ് ജമ്പ് എന്ന ട്രിപ്പിൾജമ്പിൽ ഒന്നാംസ്ഥാനം നേടിയ അത്‌ലറ്റാണ് വിക്തർ സാനിയേവ്. മോസ്കോയിൽ നാലാംസ്വർണ്ണം തേടിയെത്തിയ സാനിയേവിന് ഒരേ ഒരു സെന്റിമീറ്ററിനാണ് തന്റെ ഒളിമ്പിക് കിരീടം ശിഷ്യനും നാട്ടുകാരനുമായ ജാക് ഉദുമയ്ക്ക് കൈമാറേണ്ടിവന്നത്.

മാരത്തോണിലെ സ്വർണ്ണമെഡലുകളുമായി ഒളിമ്പിക് വേദിയിലേക്ക് കൊടുങ്കാറ്റുവീശിയ ആഫ്രിക്കൻ വൻകരയെ ആദ്യമായി ട്രാക്ക്

കിരീടമണിയിച്ചത് കറുകറുത്ത ഒരു യുവാവായിരുന്നു. 1500 മീറ്ററിൽ പ്രതീക്ഷിത ചാമ്പ്യൻമാരെയൊക്കെ ഞെട്ടിച്ചുകൊണ്ട് വിജയപീഠമേറിയ കിപ് (ചോഗ്) കീനോ. മധ്യദൂര ഓട്ടത്തിൽ പുതിയ സമയബിന്ദുക്കൾ അടയാളപ്പെടുത്തിയ ഈ കെനിയക്കാരൻ പിന്നീട് വലിയ ഉയരങ്ങളാണ് കീഴടക്കിയത്. നന്ദി ഗോത്രവർഗ്ഗത്തിൽപ്പെട്ട കീനോ ശരിയായ പരിശീലനം പോലുമില്ലാതെയായിരുന്നു മെക്സികോവിൽ 1500 മീറ്റർ നേടിയത്. തന്റെ കായികജീവിതകാലത്ത് ആഫ്രിക്കയുടെ മുഴുവൻ 'കൾട്ട് ഫിഗർ' ആയിരുന്നു കീനോ. കായികവേദിയോടു വിടപറഞ്ഞതിനുശേഷം സാമൂഹിക പ്രവർത്തനത്തിലേക്ക് തിരിഞ്ഞ കീനോ പടിഞ്ഞാറൻ കെനിയയിലെ മലപ്രദേശത്ത് 190 ഏക്കർ സ്ഥലം വാങ്ങി അനാഥാലയം സ്ഥാപിച്ചു. കെനിയയിലെയും ഉഗാണ്ടയിലെയും അനാഥബാല്യങ്ങൾക്ക് കീനോയും ഭാര്യ ഫൈലിസും തങ്ങളുടെ ജീവിതം സമർപ്പിച്ചു. രണ്ടാം വയസ്സിൽ അമ്മ നഷ്ടപ്പെട്ട് അമ്മാവന്റെ വീട്ടിൽ തല്ലുകൊണ്ടു വളർന്ന കീനോ നേടിയ ഏറ്റവും വലിയ വിജയം സാർത്ഥകമായ ഈ സമർപ്പണമായിരുന്നു.

ഏറുകാരുടെയിടയിൽ തലയെടുപ്പോടെ നിന്ന അൻ ഓർട്ടർ തന്റെ ഇഷ്ടയിനമായ ഡിസ്കസ്ത്രോയിൽ നാലാം സ്വർണ്ണം നേടി. ജാവലിൻ ത്രോയിൽ സോവിയറ്റ് യൂണിയന്റെ ജാനിസ് ലൂയിസും ഷോട്ട്പുട്ടിൽ അമേരിക്കയുടെ ജെയിംസ് റാൻഡൽ മാറ്റ്സണും ജേതാക്കളായി. ഡെക്കാത്‌ലണിൽ 8193 പോയിന്റോടെ സ്വർണ്ണമണിഞ്ഞ വില്യം ടൂമി എന്ന അമേരിക്കക്കാരൻ മെക്സികോമേളയിലെ ബഹുമുഖ കായിക പ്രതിഭ എന്ന തിളക്കം നേടി. എട്ട് ചാട്ടക്കാർ നിലവിലെ ഒളിമ്പിക് റെക്കോർഡ് തൂത്തെറിഞ്ഞ ഏഴ് മണിക്കൂർ നീണ്ട തീവ്രവും തീക്ഷ്ണവുമായ പോരാട്ടത്തിനൊടുവിലായിരുന്നു ബോബ് സെഗ്രീൻ പോൾവാൾട്ട് സ്വർണ്ണം മാറിലണിഞ്ഞത്. അതേപോലെ ലോകനിലവാരമേറ്റുവാങ്ങുന്ന എട്ട് ഓട്ടക്കാർ മാറ്റുരച്ച 400 മീറ്റർ ഹർഡിൽസിൽ ബോസ്റ്റൺ സർവ്വകലാശാലയിലെ വിദ്യാർത്ഥിയായ ഡേവിസ് ഹെമ്റി ഒന്നാമനായപ്പോൾ

മെക്സിക്കോ 1968

12.10.1968 - 27.10.1968

ആതിഥേയ രാജ്യം	:	മെക്സിക്കോ
രാജ്യങ്ങൾ	:	112
താരങ്ങൾ	:	5516 (പുരു 4735 + സ്ത്രീ 781)
ആകെ ഇനങ്ങൾ	:	182 (18)
ഉദ്ഘാടനം	:	പ്രസിഡന്റ് ഗുസ്റ്റാവോ ഡയസ് ഒർദ
ഒളിമ്പിക് ദീപം	:	എന്റിക് ബസിലിയോ ഡിസൊറ്റെലോ (മെക്സിക്കോയുടെ വനിതാക്യാപ്റ്റൻ)
ഒളിമ്പിക് പ്രതിജ്ഞ	:	പാബ്ലൊ ലൂഗോ ഗരിദോ (അത്‌ലറ്റിക്സ്)

അത് ഗ്രേറ്റ് ബ്രിട്ടന്റെ ഈ ഇനത്തിലെ ആദ്യത്തെ കിരീടമായി. പ്രവചനങ്ങൾ കാറ്റിൽ പറന്ന വനിതകളുടെ 400 മീറ്ററിൽ ബ്രിട്ടന്റെ ലിലിയൻ ബേൾഡിനെ പിന്തള്ളി കോളറ്റ് ബസ്സൻ ഫ്രാൻസിലേക്ക് സ്വർണ്ണം കൊണ്ടുപോയി. ബോബ് ബീമോന്റെ വനിതാ അവതാരമായ വിയോറികാ വിസ്കോ പോളിനയിലൂടെ ലോങ്ജമ്പിൽ റുമാനിയൻ ആധിപത്യം കണ്ടു. ആദ്യ ശ്രമത്തിൽതന്നെ 6.82 മീറ്ററോടെ വിസ്കോപോളിന നിലവിലെ ലോകറെക്കോർഡ് തൂത്തെറിഞ്ഞു. ഷോട്ട്പുട്ടിൽ പൂർവ്വ ജർമ്മൻകാരി മാർഗരിറ്റ് ഗുമ്മൽ 19.61 മീറ്ററോടെ വിശ്വറെക്കോർഡ് എത്തിപ്പിടിച്ചു. വനിതാ ഓൾറൗണ്ടറെ കണ്ടെത്താനുള്ള പെന്റാത്‌ലണിൽ പശ്ചിമജർമ്മിനിയുടെ ഇൻഗ്രിഡ് ബക്കർക്കായിരുന്നു സ്വർണ്ണം – 5098 പോയിന്റ്. ഡിസ്കസ് ഏറിലെ അഭിജാതമായ ആ പ്രകടനത്തിൽ റുമാനിയക്കാരി ലിയാമാനുവാല 58.28 മീറ്ററിൽ സ്വർണ്ണം കണ്ടെത്തി.

ജിംനാസ്റ്റിക്സിൽ സോവിയറ്റ് യൂണിയൻ ഉയർത്തിയ കടുത്ത വെല്ലുവിളി അതിജീവിച്ച ചെക്കോസ്ലോവാക്യൻ സുന്ദരി വെറകസവേസ്ക നാല് സ്വർണ്ണവും രണ്ട് വെള്ളിയും നേടിയപ്പോൾ പ്ലാസ്റ്റിക് പാവയെന്ന വിശേഷണത്തെ അന്വർത്ഥമാക്കുകയായിരുന്നു. ടോക്കിയോവിൽ മൂന്ന് സ്വർണ്ണവും രണ്ട് വെള്ളിയും നേടിയിരുന്ന കസവേസ്ക ഏഴ് ഒളിമ്പിക് കിരീടത്തിന്റെ ദീപ്തിയുമായി മെക്സികോയിൽ വച്ചു തന്നെ കായികവേദിയോടു വിടപറഞ്ഞു. ഒളിമ്പിക് നഗരിയോട് വിടപറയുംമുമ്പ് അവിടെവച്ചുതന്നെ അവർ വിവാഹിതയുമായി. ചെക്കോസ്ലോവാക്യൻ ടീമിലെ 1500 മീറ്റർ ഓട്ടക്കാരൻ ജോസഫ് ഒഡ്‌ലോസിൽ. നവദമ്പതികളെ ഒരുനോക്കു കാണാൻ പതിനായിരങ്ങളാണ് അന്ന് മെക്സിക്കൻ തെരുവുകളിലേക്ക് ഒഴുകിയത്. കസവേസ്കയേക്കാൾ പ്രശസ്തരായിത്തീർന്ന ജിംനാസ്റ്റിക്സ് താരങ്ങൾ പിന്നീടുമുണ്ടായിട്ടുണ്ട്. പക്ഷേ ഇത്രയധികം ഒളിമ്പിക് മെഡൽ മറ്റാർക്കും ലഭിച്ചിട്ടില്ല.

ടോക്കിയോവിൽ നീന്തൽക്കുളം വാണ ഡോൺ ഷോളണ്ടർക്ക്

മെഡൽനില

1.	അമേരിക്ക	45	28	34
2.	സോവിയറ്റ് യൂണിയൻ	29	32	30
3.	ജപ്പാൻ	11	7	7
4.	ഹംഗറി	10	10	12
5.	ജർമ്മനി(ജി സി ആർ)	9	9	7
6.	ഫ്രാൻസ്	7	3	5
7.	ചെക്കോസ്ലോവാക്യ	7	2	4
8.	ജർമ്മനി(എഫ് ആർ ജി)	5	11	10
9.	ഓസ്ട്രേലിയ	5	7	5
10.	ബ്രിട്ടൻ	5	5	3
31.	**ഇന്ത്യ**	**0**	**0**	**1**

സ്ഥാനത്യാഗം ചെയ്യേണ്ടിവന്നെങ്കിലും അമേരിക്കൻ ആധിപത്യത്തിന് ഇടിവു തട്ടിയില്ല. 200 മീറ്റർ ഫ്രീസ്റ്റൈലിൽ ഷോളണ്ടറുടെ മോഹങ്ങൾ മുക്കിക്കളഞ്ഞ് ആസ്ട്രേലിയക്കാരൻ മൈക്ക്വെള്ളൻ 100 മീറ്ററും ജയിച്ച് ഫ്രീസ്റ്റൈൽ രാജനായി. അമേരിക്കയുടെ പതിനാറുകാരിയായ ഡെബി മേയർ മൂന്ന് വ്യക്തിഗത സ്വർണ്ണമെഡലുകൾ നീന്തിയെടുത്തു. അതിനുമുമ്പ് വനിതാവിഭാഗത്തിലോ പുരുഷവിഭാഗത്തിലോ ഒരു താരം ഈ ഖ്യാതി നേടിയിട്ടുണ്ടായിരുന്നില്ല. പതിനാറ് വിശ്വറെക്കോർഡുകൾ മുക്കിയശേഷം 1970–ൽ വിടപറയുമ്പോൾ ഡെബി മേയർക്ക് അഭിമാനിക്കാൻ മെഡലുകളുടെ കൂമ്പാരംതന്നെയുണ്ടായിരുന്നു.

ബാസ്കറ്റ്ബോളിൽ അമേരിക്ക കിരീടം കാത്തുസൂക്ഷിച്ചപ്പോൾ ഫുട്ബോളിൽ ഹംഗേറിയൻ വസന്തമായിരുന്നു. ഫൈനലിൽ അവർ 4–1 ന് ബൾഗേറിയയെ തുരത്തി. ചരിത്രത്തിലാദ്യമായി ഒരു ഏഷ്യൻരാജ്യം ഓട്ടുമെഡലിനർഹരായി. മെക്സിക്കോയെ 2–0 നു തോൽപ്പിച്ച ജപ്പാനായിരുന്നു ഫുട്ബോളിൽ അങ്ങനെ ഏഷ്യൻ കനവിനു സാക്ഷാത്കാരമേകിയത്. വോളിബോൾ പുരുഷ, വനിതാവിഭാഗങ്ങളിൽ ഡബിൾ നേടുന്ന ആദ്യരാജ്യമെന്ന ബഹുമതി സോവിയറ്റ് യൂണിയനായി. ഇന്ത്യൻ ഹോക്കിയെ സംബന്ധിച്ചിടത്തോളം വരാനിരിക്കുന്ന ദുരന്തങ്ങളുടെ മുന്നോടിയായിരുന്നു മെക്സികോ. 1928–നു ശേഷം ഫൈനൽ കാണാതെ തലതാഴ്ത്തിയ ഇന്ത്യ പശ്ചിമജർമ്മനിയെ മറികടന്ന് ഓട്ടുമെഡലിലേക്ക് ഒതുങ്ങി. ആസ്ട്രേലിയയെ 2–1 നു കീഴടക്കി പാകിസ്താൻ ഒളിമ്പിക്ഹോക്കിയിൽ ഉപഭൂഖണ്ഡത്തിന്റെ മാനം കാത്തു.

ഇടിക്കൂട്ടിൽ സോവിയറ്റ് യൂണിയന്റെ ബോറിസ് ലാഗ്റ്റിൻ ലൈറ്റ് ഹെവി വെയിറ്റിലും പോളണ്ടിന്റെ ജർസികുൽങ് ലൈറ്റ് വെൽറ്റർ വെയിറ്റിലും ടോക്കിയോവിലെ വിജയം ആവർത്തിച്ചു. മെക്സിക്കോയിലെ ഇടിക്കൂട്ടിൽ തിളങ്ങിയ മറ്റൊരാൾ പിൽക്കാലത്ത് ലോക ഹെവിവെയിറ്റ് ചാമ്പ്യനായിത്തീർന്ന ജോർജ് ഫോർമാനായിരുന്നു. അശ്വാഭ്യാസത്തിൽ അമേരിക്കയുടെ ബിൽ സ്റ്റെയിൻ ക്രാസ് നാൽപ്പത്തിനാലാം വയസ്സിൽ തന്റെ നാലാമത്തെ ഒളിമ്പിക്സിൽനിന്ന് അഞ്ചാമത്തെ മെഡലുമായാണ് മെക്സികോസിറ്റിയിൽ നിന്നു മടങ്ങിയത്. നാല് വർഷം കഴിഞ്ഞ് മ്യൂണിക്കിലും ക്രാസിനു മെഡൽ ഭാഗ്യമുണ്ടായി എന്നറിയുക.

ചരിത്രത്തിലാദ്യമായി ഒരു വനിത ഭദ്രദീപം കൊളുത്തിയ ഒളിമ്പിക്സ് എന്ന ഖ്യാതി മെക്സിക്കോയ്ക്കാണ്. അവരുടെ വനിതാ ക്യാപ്ടൻ നോർമ എന്റിക് ബസിലിയോ ഡി സൊറ്റെലോ ആണ് ദിവ്യജ്യോതി തെളിയിക്കുന്ന ആദ്യ പെൺമണിയെന്ന ബഹുമതിക്കർഹയായത്. ഉത്തേജകമരുന്ന് ഉപയോഗിച്ചിട്ടുണ്ടോ എന്ന് കണ്ടുപിടിക്കാൻ മത്സരവിജയികൾക്ക് ഡോപ്പിങ് ടെസ്റ്റ് തുടങ്ങിയത് ഈ മേളയിലാണ്. സ്ത്രീകൾക്ക് ആദ്യമായി ലിംഗപരിശോധന ഏർപ്പെടുത്തിയതും മെക്സിക്കോയിലാണ്.